I0715271

Translated Language Learning

Alice's Adventures in Wonderland

Cuộc phiêu lưu của Alice ở xứ sở thần tiên

Lewis Carroll

English / Tiếng Việt

Copyright © 2024 Tranzlaty
All rights reserved
Published by Tranzlaty
ISBN: 978-1-83566-733-0
Original text: Alice's Adventures in Wonderland
by Lewis Carroll (1865)
Abridged by Sam'l Gabriel Sons (1916)
www.tranzlaty.com

Down the Rabbit Hole
Xuống hố thỏ

Alice was beginning to get very tired
Alice bắt đầu rất mệt mỏi
she was sitting by her sister on the grass bank
cô ấy đang ngồi cạnh em gái mình trên bãi cỏ
but she had nothing to do
nhưng cô không có gì để làm
her sister was reading a book
em gái cô ấy đang đọc một cuốn sách
once or twice Alice peeped into the book
một hoặc hai lần Alice nhìn trộm vào cuốn sách
but the book had no pictures or conversations in it
nhưng cuốn sách không có hình ảnh hay cuộc trò chuyện nào
trong đó
"what use is a book without pictures?," thought Alice
"Một cuốn sách không có hình ảnh thì có ích gì?", Alice nghĩ
"why would a book have no conversations?"
"Tại sao một cuốn sách lại không có cuộc trò chuyện?"

but she had other things to consider
nhưng cô ấy có những điều khác để xem xét
"making a chain of daisies would be a pleasure"
"Làm một chuỗi hoa cúc sẽ là một niềm vui"
"but is it worth the effort of getting up and picking the
daisies??"
"Nhưng có đáng để nỗ lực đứng dậy và hái hoa cúc không??"
this was not so easy to think about
Điều này không dễ dàng để nghĩ về
because the day was making her feel sleepy and stupid
Bởi vì một ngày đang khiến cô cảm thấy buồn ngủ và ngu
ngốc
but suddenly her thoughts were interrupted
nhưng đột nhiên suy nghĩ của cô bị gián đoạn
a White Rabbit with pink eyes ran close by her
một con Thỏ trắng với đôi mắt hồng chạy gần cô ấy

There was nothing overly remarkable about the rabbit
Không có gì quá đáng chú ý về con thỏ
and Alice did not think the rabbit remarkable either
và Alice cũng không nghĩ con thỏ đáng chú ý
nor did it surprise her when the Rabbit spoke
cũng không làm cô ngạc nhiên khi Thỏ nói
"Oh dear! I shall be too late!" he said to himself
"Ôi trời ơi! Tôi sẽ quá muộn!" anh tự nhủ
but then the Rabbit did something that rabbits didn't do
nhưng sau đó Thỏ đã làm điều mà thỏ không làm
the Rabbit took a watch out of its waistcoat-pocket
Con Thỏ lấy một chiếc đồng hồ ra khỏi túi áo ghi lê
he looked at the time and then hurried on
Anh ta nhìn vào thời gian và sau đó vội vã tiếp tục
Alice got to her feet, in amazement
Alice đứng dậy, kinh ngạc
she had never seen a rabbit with a waistcoat before!
Cô chưa bao giờ nhìn thấy một con thỏ mặc áo ghi lê trước
đây!
nor had she ever seen a rabbit with a watch!
cô cũng chưa bao giờ nhìn thấy một con thỏ với một chiếc
đồng hồ!
Alice was burning with a new curiosity
Alice đang bùng cháy với một sự tò mò mới
and she ran across the field after the Rabbit
và cô ấy chạy qua cánh đồng theo con Thỏ
she was just in time to see the rabbit disappear
Cô ấy đã kịp nhìn thấy con thỏ biến mất
the rabbit hopped down into a large rabbit-hole
Con thỏ nhảy xuống một cái hố thỏ lớn
In another moment, down went Alice after the rabbit!
Trong một khoảnh khắc khác, Alice đi theo con thỏ!
The rabbit-hole went straight on like a tunnel
Hang thỏ đi thẳng như một đường hầm
and the tunnel kept going for some distance
và đường hầm tiếp tục đi được một khoảng cách
and then the path suddenly dipped down

và sau đó con đường đột nhiên chìm xuống
Alice had not a moment to think about stopping herself
Alice không có một giây phút nào để nghĩ đến việc ngăn mình lại
she found herself falling down and down and down
cô thấy mình ngã xuống và ngã xuống
it seemed as if she had fallen down a very deep well
Có vẻ như cô đã rơi xuống một cái giếng rất sâu
Either the well was very deep, or she fell very slowly
Hoặc là giếng rất sâu, hoặc cô ấy rơi rất chậm
because she had plenty of time to fall
bởi vì cô ấy có nhiều thời gian để ngã
as she was falling she could look all around her
khi cô ấy đang ngã, cô ấy có thể nhìn xung quanh mình
First, she tried to make out where she was going
Đầu tiên, cô cố gắng tìm ra nơi mình sẽ đi
but the well was too dark to see anything
nhưng giếng quá tối để nhìn thấy bất cứ điều gì
then she looked at the sides of the well
Rồi cô nhìn vào hai bên giếng
and she noticed that there were cupboards all around her
và cô ấy nhận thấy rằng có những chiếc tủ xung quanh cô ấy
and all around the well were book-shelves
và xung quanh giếng là những kệ sách
here and there she saw maps and pictures hung upon pegs
Ở đây và ở đó cô thấy bản đồ và hình ảnh treo trên các chốt
She took down a jar from one of the shelves as she passed
Cô lấy một cái lọ xuống từ một trong những kệ khi đi ngang qua
the jar was labelled for its content
lọ được dán nhãn vì nội dung của nó
"MARMALADE MADE FROM ORANGES"
"MỨT CAM LÀM TỪ CAM"
but, to her great disappointment, the marmalade jar was empty
nhưng, trước sự thất vọng lớn của cô, lọ mứt cam đã trống rỗng

she did not want to drop the empty marmalade jar
Cô ấy không muốn làm rơi cái lọ mứt cam rỗng
and her fall was very slow
và sự ngã của cô ấy rất chậm
so she managed to put the marmalade jar into one of the cupboards
Vì vậy, cô ấy đã cố gắng đặt lọ mứt cam vào một trong những chiếc tủ
Down, down, down she fall!
Xuống, xuống, xuống, cô ấy ngã!
Would the fall ever come to an end?
Liệu sự sụp đổ có bao giờ kết thúc?
There was nothing else to do
Không có gì khác để làm
so Alice soon began talking to herself
vì vậy Alice nhanh chóng bắt đầu nói chuyện với chính mình
"Dinah will miss me very much tonight, I should think!"
"Dinah sẽ nhớ tôi rất tối nay, tôi nên nghĩ!"
Dinah was Alice's cat
Dinah là con mèo của Alice
"I hope they'll remember her saucer of milk at tea-time"
"Tôi hy vọng họ sẽ nhớ đĩa sữa của cô ấy vào giờ trà"
"Dinah, my dear, I wish you were down here with me!"
"Dinah, em yêu, em ước em ở dưới đây với em!"
Alice felt that she was dozing off
Alice cảm thấy mình đang ngủ gật
and then suddenly, thump! thump!
và rồi đột nhiên, đập mạnh! Thump!
down she fell upon a heap of sticks
cô ngã xuống một đống gậy
and she landed on a pile of dry leaves
và cô ấy đáp xuống một đống lá khô
and finally the long fall down the hole was over
và cuối cùng cú ngã dài xuống hố đã kết thúc
Alice was not a bit hurt
Alice không bị thương chút nào
and she jumped up within a moment

và cô ấy nhảy lên trong giây lát
She looked up, but it was all dark overhead
Cô ngước lên, nhưng tất cả đều tối tăm trên đầu
in front of her was another long corridor
Trước mặt cô là một hành lang dài khác
and the White Rabbit was still in sight
và Thỏ Trắng vẫn còn trong tầm mắt
he was hurrying down the corridor
anh ta đang vội vã đi xuống hành lang
There was not a moment to be lost
Không có một khoảnh khắc nào để mất
off ran Alice like the wind
Alice chạy như gió
around the corner turned the rabbit
Quanh góc đường quay con thỏ
she was just in time to hear the rabbit
Cô ấy đã kịp nghe thấy tiếng thỏ
""Oh, my ears and whiskers"
""Ồ, tai và râu của tôi"
"how late it's getting!"
"Đến muộn quá!"
She was close behind the rabbit
Cô ấy ở sát phía sau con thỏ
she turned around another corner
Cô ấy quay lại một góc khác
but the Rabbit was no longer to be seen
nhưng Thỏ không còn được nhìn thấy nữa
She found herself in a long, low hall
Cô thấy mình đang ở trong một hành lang dài và thấp
the hall was lit up by a row of ceiling lamps
Hội trường được thắp sáng bởi một dãy đèn trần
There were doors all around the hall
Có những cánh cửa xung quanh hội trường
but all the doors were locked
nhưng tất cả các cửa đều bị khóa
she walked all the way down one side of the hall
Cô đi xuống một bên của hành lang

and she had walked all the way up the other side of the hall
và cô đã đi hết phía bên kia của hành lang
she had tried every door
cô ấy đã thử mọi cánh cửa
and she walked sadly down the middle of the hall
và cô buồn bã bước xuống giữa hành lang
"how am I ever going to get out again?"
"Làm sao tôi có thể thoát ra một lần nữa?"

Suddenly she came upon a little table
Đột nhiên cô bắt gặp một chiếc bàn nhỏ
the table was made entirely of solid glass
Bàn được làm hoàn toàn bằng kính đặc
There was nothing on the table but a tiny golden key
Không có gì trên bàn ngoài một chiếc chìa khóa vàng nhỏ
the key might belong to one of the doors!
chìa khóa có thể thuộc về một trong những cánh cửa!

but, alas! some of the locks were too large for the keys
nhưng, than ôi! một số ổ khóa quá lớn so với chìa khóa
and for the other locks the key was too small
và đối với các ổ khóa khác, chìa khóa quá nhỏ
but, at any rate, the key opened none of the doors
nhưng, dù sao đi nữa, chiếc chìa khóa không mở ra cánh cửa
nào
but what was she to do?
nhưng cô ấy phải làm gì?
she went through the hall again
Cô đi qua hành lang một lần nữa
and this time she noticed a low curtain
và lần này cô nhận thấy một tấm rèm thấp
behind the curtain was a little door
Đằng sau bức màn là một cánh cửa nhỏ
the door was about fifteen inches high
cánh cửa cao khoảng mười lăm inch
She tried the little golden key in the lock
Cô thử chiếc chìa khóa vàng nhỏ trong ổ khóa
and to her great delight, the key fit in the lock!
và trước sự vui mừng lớn của cô ấy, chiếc chìa khóa vừa vặn
với ổ khóa!
Alice opened the door
Alice mở cửa
and she found the door led into a small corridor
và cô thấy cánh cửa dẫn vào một hành lang nhỏ
the corridor was not much larger than a rat-hole
Hành lang không lớn hơn một cái hố chuột
she knelt down and looked along the corridor
Cô quỳ xuống và nhìn dọc theo hành lang
and she saw the loveliest garden you have ever seen
và cô ấy đã nhìn thấy khu vườn xinh đẹp nhất mà bạn từng
thấy
how she longed to get out of that dark hall
Cô khao khát được ra khỏi hội trường tối tăm đó như thế nào
how she wanted to wander among those bright flowers
cô ấy muốn lang thang giữa những bông hoa rực rỡ đó như

thế nào
how cool refreshing those fountains looked
Làm mới những đài phun nước đó trông mát mẻ như thế nào
but she could not even get her head through the doorway
nhưng cô thậm chí không thể đưa đầu mình qua ngưỡng cửa
"Oh," said Alice, mournfully
"Ồ," Alice nói, buồn bã
"how I wish I could fold up like a telescope!"
"Tôi ước mình có thể gấp lại như một chiếc kính viễn vọng!"
"I think I could fold up like a telescope"
"Tôi nghĩ tôi có thể gấp lại như một chiếc kính viễn vọng"
"if I only knew how to begin"
"giá như tôi chỉ biết cách bắt đầu"
Alice went back to the table
Alice quay trở lại bàn
there was the chance of finding another key
có cơ hội tìm thấy một chìa khóa khác
or there might be a book of rules
Hoặc có thể có một cuốn sách quy tắc
the book could tell her how to fold up like a telescope
cuốn sách có thể cho cô biết cách gấp lại như kính viễn vọng
This time she found a little bottle
Lần này cô tìm thấy một cái chai nhỏ
"this bottle certainly was not here before," said Alice
"Chai này chắc chắn không có ở đây trước đây," Alice nói
and tied around the neck of the bottle was a paper label
và buộc quanh cổ chai là một nhãn giấy
the label was beautifully printed in large letters
Nhãn được in đẹp bằng chữ lớn
"DRINK ME"
"UỐNG TÔI"
"No, I'll look first," she said
"Không, tôi sẽ xem trước," cô nói
"I'll see whether the bottle is marked as poisonous or not,"
"Tôi sẽ xem cái chai có bị đánh dấu là độc hay không,"
because she never forgot the lesson about poison
Bởi vì cô ấy không bao giờ quên bài học về chất độc

"if a bottle is labelled poisonous, it's bound to disagree with you"
"Nếu một chai được dán nhãn độc, nó chắc chắn sẽ không đồng ý với bạn"
However, this bottle was not marked as poisonous
Tuy nhiên, chai này không được đánh dấu là độc
so Alice ventured to taste the content of the bottle
vì vậy Alice mạo hiểm nếm thử nội dung của chai
she found the liquid quite to her liking
cô thấy chất lỏng khá phù hợp với ý thích của mình
the drink had a sort of mixed flavour
thức uống có một loại hương vị hỗn hợp
cherry-tart, custard, and pineapple
bánh tart anh đào, sữa trứng và dứa
roast turkey, toffee, and toast with hot butter
gà tây nướng, kẹo bơ cứng và bánh mì nướng với bơ nóng
and she soon finished off the bottle
và cô ấy nhanh chóng uống hết chai
"What a curious feeling!" said Alice
"Thật là một cảm giác kỳ lạ!" Alice nói
"I am folding up like a telescope!"
"Tôi đang gấp lại như một chiếc kính viễn vọng!"
And she was folding up like a telescope indeed!
Và cô ấy đang gấp lại như một chiếc kính viễn vọng!
She was now only ten inches high
Bây giờ cô chỉ cao mười inch
and her face brightened up at her thoughts
và khuôn mặt cô ấy sáng lên vì những suy nghĩ của cô ấy
now she was the the right size for the little door
bây giờ cô ấy đã có kích thước phù hợp với cánh cửa nhỏ
now she could go into that lovely garden
bây giờ cô có thể đi vào khu vườn xinh xắn đó
soon she stopped getting smaller
chẳng mấy chốc, cô ấy ngừng nhỏ hơn
she decided on going into the garden at once
Cô quyết định đi vào vườn ngay lập tức
but, alas for poor Alice!

nhưng, than ôi cho Alice tội nghiệp!
she got to the door
Cô ấy đến cửa
but she had forgotten the little golden key
nhưng cô đã quên chiếc chìa khóa vàng nhỏ
she went back to the table for the key
Cô quay trở lại bàn lấy chìa khóa
but she found she could not reach high enough
nhưng cô thấy mình không thể vươn tới đủ cao
she could see the key quite plainly through the glass
cô có thể nhìn thấy chìa khóa khá rõ ràng qua kính
she tried to climb up the legs of the table
Cô cố gắng trèo lên chân bàn
but the glass was far too slippery
nhưng chiếc kính quá trơn
eventually she tired herself out with trying
cuối cùng cô ấy đã mệt mỏi với việc cố gắng
and the poor little girl sat down and cried
và cô bé tội nghiệp ngồi xuống và khóc
Alice spoke to herself rather sharply
Alice tự nhủ khá sắc bén
"Come, there's no use in crying like that!"
"Nào, khóc như vậy cũng chẳng ích gì!"
"I advise you to stop right this minute!"
"Tôi khuyên bạn nên dừng lại ngay phút này!"
She generally gave herself very good advice
Cô ấy thường cho mình lời khuyên rất tốt
though she very seldom followed her own advice
mặc dù cô ấy rất hiếm khi làm theo lời khuyên của riêng mình
and she sometimes was too harsh on herself
và đôi khi cô ấy quá khắc nghiệt với bản thân
and her words brought tears into her eyes
và lời nói của cô ấy khiến cô ấy rơi nước mắt
Soon her eye fell upon a little glass box
Chẳng mấy chốc, mắt cô rơi vào một chiếc hộp thủy tinh nhỏ
the little glass box was lying under the table
chiếc hộp thủy tinh nhỏ nằm dưới gầm bàn

in the glass box was a very small cake
Trong hộp thủy tinh là một chiếc bánh rất nhỏ
on the cake some words were beautifully written
Trên chiếc bánh, một số từ được viết đẹp
the words had been marked in currants
Những từ đã được đánh dấu bằng nho
"EAT ME"
"ĂN TÔI"
"Well, I'll eat the cake," said Alice
"Ừm, tôi sẽ ăn bánh," Alice nói
"and if the cake makes me grow larger, I can reach the key"
"Và nếu chiếc bánh làm cho tôi lớn hơn, tôi có thể chạm đến chìa khóa"
"and if the cake makes me grow smaller, I can creep under the door"
"Và nếu chiếc bánh làm tôi nhỏ hơn, tôi có thể len lỏi dưới cánh cửa"
"so either way I'll get into the garden"
"Vậy dù thế nào đi nữa tôi cũng sẽ vào vườn"
"and I don't care which of the two happens!"
"Và tôi không quan tâm cái nào trong hai điều này xảy ra!"
She ate a little bit of the cake
Cô ấy ăn một chút bánh
and she anxiously spoke to herself:
và cô lo lắng tự nhủ:
"Which way? Which way?"
"Đường nào? Đi theo hướng nào?"
and she held her hand on her head
và cô ấy đưa tay lên đầu
she wanted to feel which way she was growing
cô ấy muốn cảm nhận mình đang phát triển theo hướng nào
she was quite surprised to find what had happened
Cô khá ngạc nhiên khi phát hiện ra những gì đã xảy ra
she had remained the same size!
cô ấy vẫn giữ nguyên kích thước!
so this time she doubled her efforts
Vì vậy, lần này cô ấy đã nỗ lực gấp đôi

and soon she finished off the whole cake
và chẳng mấy chốc, cô ấy đã hoàn thành toàn bộ chiếc bánh

The Pool of Tears
Vũng nước mắt

"This is getting more and more interesting!" cried Alice

"Điều này ngày càng thú vị hơn!" Alice kêu lên

You can see she was very surprised

Bạn có thể thấy cô ấy rất ngạc nhiên

"I'm opening out like the largest telescope there ever was!"

"Tôi đang mở ra như kính viễn vọng lớn nhất từng có!"

"Good-bye, feet! Oh, my poor little feet"

"Tạm biệt, chân! Ôi, đôi chân nhỏ bé tội nghiệp của tôi"

"I wonder who will put on your shoes for you now, dears?"

"Tôi tự hỏi ai sẽ đi giày cho bạn bây giờ, các bạn thân mến?"

"and I wonder who will put on your stockings?"

"và tôi tự hỏi ai sẽ mặc tất cho anh?"

"I shall be a great deal too far away"

"Tôi sẽ ở quá xa"

"I won't be able trouble myself about you anymore"

"Tôi sẽ không thể tự làm phiền mình về bạn nữa"

Just at this moment her head struck against something

Ngay lúc này, đầu cô đập vào thứ gì đó

she had reached the roof of the hall

Cô đã lên đến nóc hội trường

in fact, she was now more than two meters tall

Trên thực tế, bây giờ cô ấy đã cao hơn hai mét

and she at once took up the little golden key

và cô ấy ngay lập tức cầm chiếc chìa khóa vàng nhỏ

and she hurried off to the garden door

và cô vội vã đi đến cửa vườn

Poor Alice! There was not much she could do

Alice tội nghiệp! Cô không thể làm gì nhiều

she laid down on one side

cô nằm ngửa một bên

and she looked through into the garden with one eye

và cô nhìn qua khu vườn bằng một mắt

but to get through was more hopeless than ever

nhưng để vượt qua là vô vọng hơn bao giờ hết

She sat down and began to cry again

Cô ngồi xuống và bắt đầu khóc trở lại

She went on shedding gallons of tears

Cô ấy tiếp tục rơi hàng lít nước mắt

soon there was a large pool all around her

chẳng mấy chốc có một hồ nước lớn xung quanh cô

and the water reached half-way down the hall

và nước đến nửa chừng hành lang

After a time, she heard a little pattering of feet

Sau một lúc, cô nghe thấy tiếng vỗ chân nhỏ

she heard the feet coming from the distance

cô nghe thấy tiếng chân phát ra từ xa

and she hastily dried her eyes to see what was coming

và cô vội vàng lau khô mắt để xem điều gì sắp xảy ra

It was the White Rabbit returning

Đó là Thỏ Trắng trở lại

he was splendidly dressed

anh ấy ăn mặc lộng lẫy

he had a pair of white gloves in one hand

Anh ấy có một đôi găng tay trắng trong một tay

and he had a large feather fan in the other hand

và tay kia anh ta có một chiếc quạt lông vũ lớn

He came trotting along in a great hurry

Anh ta chạy vội vã

and he muttered to himself, "Oh! the Duchess, the Duchess!"

và anh lẩm bẩm với chính mình, "Ồ! Nữ công tước, Nữ công tước!"

"Oh! won't she be savage if I've kept her waiting!"

"Ồ! cô ấy sẽ không man rợ nếu tôi để cô ấy chờ đợi!"

When the Rabbit came near her, Alice spoke
Khi Thỏ đến gần cô, Alice nói
but she spoke in a low, timid voice
nhưng cô ấy nói bằng một giọng trầm, rụt rè
"sir, please stop what you're doing for one moment"
"Thưa ngài, xin hãy dừng những gì ngài đang làm một chút"
The Rabbit startled violently
Con Thỏ giật mình dữ dội
he dropped the white gloves and the feather fan
Anh ấy làm rơi găng tay trắng và quạt lông vũ
and he scurried away into the darkness as fast as he could
và anh ta vội vã đi vào bóng tối nhanh nhất có thể
Alice picked up the feather fan and gloves
Alice nhặt chiếc quạt lông vũ và găng tay
and she kept fanning herself while she kept talking
và cô ấy tiếp tục quạt mình trong khi cô ấy tiếp tục nói
"Dear, dear! How strange everything is today!"
"Thân mến, thân yêu! Mọi thứ hôm nay thật kỳ lạ!"
"yesterday things went on just as usual"

"Hôm qua mọi thứ diễn ra như bình thường"
"Was I the same when I got up this morning?"
"Tôi có phải là như vậy khi tôi thức dậy sáng nay không?"
"But if I'm not the same, there is another question"
"Nhưng nếu tôi không giống nhau, có một câu hỏi khác"
"Who in the world am I?"
"Tôi là ai trên thế giới này?"
"Ah, that's the great puzzle!"
"Ah, đó là câu đố tuyệt vời!"
As she said this, she looked down at her hands
Khi cô ấy nói điều này, cô ấy nhìn xuống bàn tay của mình
she was wearing one of the rabbits little white gloves
Cô ấy đang đeo một trong những chiếc thỏ găng tay trắng nhỏ
she hadn't noticed she put the glove on while talking
Cô ấy đã không nhận ra rằng cô ấy đeo găng tay trong khi nói chuyện
"How can I have done that?" she thought
"Làm sao tôi có thể làm điều đó?" cô nghĩ
"I must be growing small again"
"Tôi phải trở nên nhỏ bé trở lại"
She got up and went to the table to measure her height
Cô đứng dậy và đi đến bàn để đo chiều cao của mình
she found that she was now about half a meter tall
Cô ấy phát hiện ra rằng bây giờ cô ấy cao khoảng nửa mét
and she was still shrinking rapidly
và cô ấy vẫn đang co lại nhanh chóng
She soon found out what the cause of the shrinking was
Cô sớm phát hiện ra nguyên nhân của sự co lại là gì
the feather fan was making her smaller again!
chiếc quạt lông vũ đã làm cho cô ấy nhỏ hơn trở lại!
and she dropped the feather fan hastily
và cô ấy vội vã làm rơi chiếc quạt lông vũ
she dropped the feather fan just in time to save herself
Cô ấy làm rơi chiếc quạt lông vũ đúng lúc để tự cứu mình
had she fanned herself any longer she would have shrunk away entirely
nếu cô ấy quạt mình lâu hơn nữa, cô ấy sẽ hoàn toàn co rúm

lại

"That was a narrow escape!" said Alice
"Đó là một lối thoát trong gang tấc!" Alice nói
and she was a good deal frightened at the sudden change
và cô rất sợ hãi trước sự thay đổi đột ngột
but she was very glad to find herself still in existence
nhưng cô rất vui khi thấy mình vẫn còn tồn tại
"And now, off to the garden!"
"Và bây giờ, đi đến vườn!"
And she ran with all speed back to the little door
Và cô chạy với tất cả tốc độ trở lại cánh cửa nhỏ
but, alas! the little door was shut again
nhưng, than ôi! cánh cửa nhỏ lại đóng lại
and the little golden key was lying on the glass table again
và chiếc chìa khóa vàng nhỏ lại nằm trên bàn kính
"Things are worse than ever," thought the poor child
"Mọi thứ tồi tệ hơn bao giờ hết," đứa trẻ tội nghiệp nghĩ
"I never was so small as this before, never!"
"Tôi chưa bao giờ nhỏ bé như thế này trước đây, không bao
giờ!"
As she said these words, her foot slipped
Khi cô ấy nói những lời này, chân cô ấy trượt chân
and in another moment there was a great splash!
và trong một khoảnh khắc khác, có một tia nước lớn!
she was up to her chin in salt-water
cô ấy đã ngập cằm trong nước mặn
Her first idea was that she had somehow fallen into the sea
Ý tưởng đầu tiên của cô là bằng cách nào đó cô đã rơi xuống
biển
However, she soon realized what she was in
Tuy nhiên, cô ấy sớm nhận ra mình đang ở trong những gì
she was in a pool of tears
cô ấy đang ở trong vũng nước mắt
the tears she had wept when she was two meters tall
những giọt nước mắt cô đã khóc khi cô cao hai mét

Just then she heard something
Ngay sau đó cô nghe thấy điều gì đó
something was splashing about in the pool
Có thứ gì đó đang bắn tung tóe trong hồ bơi
the splashing came from a little way off
tiếng bắn tung tóe đến từ một khoảng cách nhỏ
and she swam nearer to see what the splashing was
và cô bơi gần hơn để xem nước bắn tung tóe là gì
she soon saw that it was only a little mouse
cô nhanh chóng nhận ra rằng đó chỉ là một con chuột nhỏ
the little mouse had slipped in to the water too
Con chuột nhỏ cũng đã trượt xuống nước
Alice thought to herself about the situation
Alice tự nghĩ về tình huống
"Would it be of any use to speak to this mouse?"
"Nói chuyện với con chuột này có ích gì không?"
"Everything is so up-side-down down here"

"Mọi thứ ở đây đều lộn ngược"
"I should think very likely this mouse can talk"
"Tôi nên nghĩ rất có thể con chuột này có thể nói chuyện"
"at any rate, there's no harm in trying"
"Dù sao đi nữa, không có hại gì khi cố gắng"
So she began trying to talk to the mouse
Vì vậy, cô bắt đầu cố gắng nói chuyện với con chuột
"Oh Mouse, do you know the way out of this pool?"
"Ôi chuột, cậu có biết cách thoát khỏi hồ bơi này không?"
"I am very tired of swimming about here, Oh Mouse!"
"Tôi rất mệt mỏi khi bơi ở đây, Oh Mouse!"
The mouse looked at her rather inquisitively
Con chuột nhìn cô khá tò mò
the mouse seemed to wink with one of its little eyes
Con chuột dường như nháy mắt với một trong những đôi mắt
nhỏ của nó
but the little mouse said nothing
Nhưng con chuột nhỏ không nói gì
**"Perhaps the mouse doesn't understand English," thought
Alice**
"Có lẽ con chuột không hiểu tiếng Anh," Alice nghĩ
"I dare say it's a French mouse"
"Tôi dám nói đó là một con chuột Pháp"
"perhaps this mouse came over with William the Conqueror"
"có lẽ con chuột này đã đến với William the Conqueror"
So she began again, in French
Vì vậy, cô ấy bắt đầu lại, bằng tiếng Pháp
"Where is my cat?" she asked in French
"Con mèo của tôi đâu?" cô hỏi bằng tiếng Pháp
it was the first sentence in her French lesson-book
đó là câu đầu tiên trong sách bài học tiếng Pháp của cô ấy
The Mouse gave a sudden leap out of the water
Chuột đột ngột nhảy lên khỏi mặt nước
and the mouse seemed to quiver all over with fright
và con chuột dường như run rẩy vì sợ hãi
"Oh, I beg your pardon!" cried Alice hastily
"Ồ, tôi xin lỗi anh!" Alice vội vàng kêu lên

she was afraid that she had hurt the poor animal's feelings
cô sợ rằng mình đã làm tổn thương cảm xúc của con vật tội
nghiệp
"I quite forgot you didn't like cats"
"Tôi hoàn toàn quên rằng bạn không thích mèo"
"I don't like cats!" cried the Mouse in a shrill, passionate
voice
"Tôi không thích mèo!" Chuột kêu lên bằng giọng chói tai,
nồng nàn
"Would you like cats, if you were me?"
"Anh có muốn mèo không, nếu anh là tôi?"
Alice comforted the mouse in a soothing tone
Alice an ủi con chuột bằng giọng nhẹ nhàng
"Well, perhaps I would not like cats if I were you either"
"Chà, có lẽ tôi sẽ không thích mèo nếu tôi cũng là bạn"
"please don't be angry about the mention of cats"
"Xin đừng tức giận vì nhắc đến mèo"
"And yet I wish I could show you our cat Dinah"
"Vậy mà tôi ước gì tôi có thể cho cô thấy con mèo Dinah của
chúng tôi"
"if you met her I think you'd take a fancy to cats"
"Nếu bạn gặp cô ấy, tôi nghĩ bạn sẽ thích mèo"
"if you could only see her"
"Giá như bạn có thể nhìn thấy cô ấy"
"She is such a dear, quiet thing"
"Cô ấy là một thứ đáng yêu, trầm lặng"
The mouse was shaking all over
Con chuột run rẩy khắp người
Alice felt certain the mouse must be really offended
Alice cảm thấy chắc chắn rằng con chuột phải thực sự bị xúc
phạm
"We won't talk about her any more, if you'd rather not"
"Chúng ta sẽ không nói về cô ấy nữa, nếu anh không muốn"
"We, indeed!" cried the Mouse
"Chúng tôi, thực sự!" Chuột kêu lên
the mouse was trembling down to the end of its tail
Con chuột đang run rẩy đến cuối đuôi của nó

"As if I would talk on such a subject!"
"Như thể tôi sẽ nói về một chủ đề như vậy!"
"Our family always hated cats"
"Gia đình chúng tôi luôn ghét mèo"
"cats; nasty, low, vulgar things!"
"Mèo; những thứ khó chịu, thấp hèn, thô tục!"
"Don't let me hear the name again!"
"Đừng để tôi nghe tên nữa!"
"I won't mention cats again indeed!" said Alice
"Tôi sẽ không nhắc đến mèo nữa!" Alice nói
she was in a great hurry to change the subject
cô ấy rất vội vàng thay đổi chủ đề
"Are you... are you fond of dogs?"
"Bạn là... Anh có thích chó không?"
"There is such a nice little dog near our house,"
"Có một nhỏ xinh xắn gần nhà chúng tôi,"
"I should like to show you the little dog!"
"Tôi muốn cho bạn xem nhỏ!"
"this little dog kills all the rats and...
"nhỏ này giết tất cả những con chuột và...
"oh, dear!" cried Alice in a sorrowful tone
"Ôi, em yêu!" Alice kêu lên với giọng buồn bã
"I'm afraid I've offended you again!"
"Tôi e rằng tôi đã xúc phạm bạn một lần nữa!"
the mouse was swimming away from her as fast as it could go
Con chuột đang bơi ra khỏi cô ấy nhanh nhất có thể
and the mouse made quite a commotion in the pool
và con chuột đã gây ra một tiếng ồn ào trong hồ bơi
So she called softly after the mouse
Vì vậy, cô ấy nhẹ nhàng gọi theo con chuột
"my dear mouse, please come back!"
"Con chuột thân yêu của tôi, xin hãy quay lại!"
"and we won't talk about cats"
"Và chúng ta sẽ không nói về mèo"
"and we don't have to talk about dogs either"
"Và chúng ta cũng không cần phải nói về chó"

When the mouse heard this, it turned around
Khi chuột nghe thấy điều này, nó quay lại
and the little mouse swam slowly back to her
và con chuột nhỏ chậm rãi bơi trở lại chỗ cô
the mouse's face was quite pale
Khuôn mặt của con chuột khá nhợt nhạt
and the mouse spoke, in a low, trembling voice
và con chuột nói, bằng một giọng trầm, run rẩy
"Let us get to the shore"
"Chúng ta hãy lên bờ"
"and then I'll tell you my history"
"và sau đó tôi sẽ kể cho bạn biết lịch sử của tôi"
"and you'll understand why it is I hate cats and dogs"
"và bạn sẽ hiểu tại sao tôi ghét chó mèo"
It had become high time to go
Đã đến lúc phải đi
because the pool was getting quite crowded
Bởi vì hồ bơi đang trở nên khá đông đúc
other birds and animals had fallen into the pool
những con chim và động vật khác đã rơi xuống hồ bơi
there were a Duck and a Dodo
có một con vịt và một con Dodo
and there was a Lory bird and an Eaglet
và có một con chim Lory và một con Eaglet
and there were several other interesting looking creatures
và có một số sinh vật trông thú vị khác
Alice led the way out the pool
Alice dẫn đường ra khỏi hồ bơi
and the whole party of animals swam to the shore
và cả nhóm động vật bơi vào bờ

They were indeed a funny-looking bunch of animals
Chúng thực sự là một nhóm động vật trông ngộ nghĩnh
and they all assembled on the water's bank
và tất cả họ tập trung trên bờ nước
the birds all had bedraggled feathers
tất cả những con chim đều có lông xù
and the furry animals were soaked through
và những con vật lông lá đã bị ướt sũng
and all were dripping wet, annoyed and uncomfortable
và tất cả đều ướt sũng, khó chịu và khó chịu

there was one question that had to be answered first
Có một câu hỏi phải được trả lời trước
what is the best way for everyone to get dry?
Cách tốt nhất để mọi người bị khô là gì?
They had a consultation about this matter
Họ đã có một cuộc tham vấn về vấn đề này
soon they were all on familiar terms
chẳng mấy chốc, tất cả họ đều có những điều kiện quen thuộc

it was as if she had known them all her life
như thể cô đã biết họ cả đời
the mouse seemed to be a person of some authority
Con chuột dường như là một người có thẩm quyền nào đó
"Sit down, all of you, and listen to me!
"Ngồi xuống, tất cả các bạn, và nghe tôi!
"I'll soon make you all dry again!"
"Tôi sẽ sớm làm cho tất cả các bạn khô ráo trở lại!"
They all sat down at once, in a large ring
Tất cả họ ngồi xuống cùng một lúc, trong một vòng tròn lớn
and the little mouse sat in the middle
và con chuột nhỏ ngồi ở giữa
"Ahem!" said the mouse with an important air
"Ahem!" con chuột nói với một khí chất quan trọng
"Are you all ready?"
"Tất cả các bạn đã sẵn sàng chưa?"
"This is the driest thing I know"
"Đây là điều khô khan nhất mà tôi biết"
"Silence all around, if you please!"
"Im lặng xung quanh, nếu anh muốn!"
"William the Conqueror was favoured by the pope"
"William the Conqueror được giáo hoàng ưu ái"
"but he was soon submitted to by the English"
"nhưng anh ta nhanh chóng bị người Anh khuất phục"
"they wanted leaders of late"
"Họ muốn các nhà lãnh đạo gần đây"
"and they had been accustomed to power and conquest"
"và họ đã quen với quyền lực và chinh phục"
"Edwin and Morcar, the Earls of Mercia and Northumbria"
"Edwin và Morcar, Bá tước Mercia và Northumbria"
"Ugh!" said the lori bird, with a shiver
"Ugh!" con chim lori nói, với một sự rùng mình
"and even Stigand, the patriotic archbishop of Canterbury"
"và thậm chí cả Stigand, tổng giám mục yêu nước của Canterbury"
"he also found it advisable"
"Anh ấy cũng thấy điều đó được khuyến khích"

"What did he find advisable?" said the duck

"Anh ta thấy nên làm gì?" con vịt nói

"He found it advisable" the mouse replied rather crossly

"Anh ấy thấy điều đó được khuyến khích," con chuột trả lời khá ngang qua

but the duck was not satisfied

Nhưng con vịt không hài lòng

"of course, you know what 'it' means"

"Tất nhiên, bạn biết 'nó' có nghĩa là gì"

"I know what 'it' is when I find a thing," said the duck

"Tôi biết 'nó' là gì khi tôi tìm thấy một thứ," con vịt nói

"it's generally a frog or a worm"

"Nó thường là một con ếch hoặc một con sâu"

"The question is, what did the archbishop find?"

"Câu hỏi đặt ra là, Đức Tổng Giám mục đã tìm thấy gì?"

The mouse did not notice this question

Con chuột không nhận thấy câu hỏi này

instead, the mouse hurriedly went on with the speech

Thay vào đó, con chuột vội vã tiếp tục bài phát biểu

"he found it advisable to go with Edgar Atheling"

"Anh ấy thấy nên đi với Edgar Atheling"

"to meet William and offer him the crown"

"gặp William và trao vương miện cho anh ta"

the mouse continued, turning to Alice as it spoke

con chuột tiếp tục, quay sang Alice khi nó nói

"How are you getting on now, my dear?"

"Bây giờ anh thế nào, em yêu?"

"As wet as ever," said Alice in a melancholy tone

"Ướt át như mọi khi," Alice nói với giọng u sầu

"this story doesn't seem to dry me at all"

"Câu chuyện này dường như không làm tôi khô chút nào"

"In that case," said the dodo solemnly, rising to its feet

"Trong trường hợp đó," dodo trịnh trọng nói, đứng dậy

"I vote that the meeting be adjourned"

"Tôi bỏ phiếu hoãn cuộc họp"

"and I propose an immediate adoption of more energetic remedies" "và tôi đề xuất áp dụng ngay lập tức các biện pháp khắc phục mạnh mẽ hơn"

"Speak real words!" said the eaglet

"Nói những lời thật!" con đại bàng nói

"I don't know the meaning of half of those long words"

"Tôi không biết ý nghĩa của một nửa những từ dài đó"

"and, what's more, I don't believe you know either!"

"Và, hơn thế nữa, tôi cũng không tin anh biết!"

"What I was going to say," said the dodo in an offended tone

"Tôi định nói gì," con dodo nói với giọng xúc phạm

"the best thing to get us dry would be a caucus-race"

"Điều tốt nhất để làm cho chúng tôi khô khan sẽ là một cuộc đua kín"

"What is a caucus-race?" said Alice

"Cuộc đua kín là gì?" Alice nói

"Well," said the dodo, "the best way to explain it is to do it"
"Chà," dodo nói, "cách tốt nhất để giải thích nó là làm điều đó"
"First the dodo marked out a race-course"
"Đầu tiên, con dodo đánh dấu một đường đua"
"the track was in a sort of circle"
"Đường đua nằm trong một loại vòng tròn"
"and then all the party were placed along the course"
"Và sau đó tất cả các nhóm được đặt dọc theo đường đua"
There was no "One, two, three and away!"
Không có "Một, hai, ba và đi!"
but they began running when they liked
nhưng họ bắt đầu chạy khi họ thích
and they also finished when they liked
và họ cũng hoàn thành khi họ thích
so it was not easy to know when the race was over
Vì vậy, không dễ dàng để biết khi nào cuộc đua kết thúc
after half an hour or so of running they were all quite dry
Sau nửa giờ chạy hoặc lâu hơn, tất cả đều khá khô
the dodo suddenly called out, "The race is over!"
con dodo đột nhiên gọi, "Cuộc đua đã kết thúc!"
and they all crowded around the dodo
và tất cả họ đều chen chúc xung quanh dodo
all the animals were panting and puffing
tất cả các con vật đều thở hổn hển và thở hổn hển
and they all wanted to know, "But who has won?"
và tất cả họ đều muốn biết, "Nhưng ai đã thắng?"
This question the dodo could not immediately answer
Câu hỏi này dodo không thể trả lời ngay lập tức
first he had to do a great deal of thinking
Đầu tiên anh phải suy nghĩ rất nhiều
after much thinking, the dodo finally spoke
Sau khi suy nghĩ nhiều, con Dodo cuối cùng cũng lên tiếng
"Everybody has won, and all must have prizes"
"Mọi người đều thắng, và tất cả đều phải có giải thưởng"
"But who is to give the prizes?" asked a chorus of voices
"Nhưng ai sẽ trao giải thưởng?" một dàn hợp xướng giọng nói
hỏi

"Well, she, of course," said the dodo
"Chà, cô ấy, tất nhiên," dodo nói
and the dodo pointed with one finger to Alice
và con dodo chỉ bằng một ngón tay vào Alice
and the whole party of animals crowded around her
và cả nhóm động vật chen chúc xung quanh cô
they called out, in a confused way, "Prizes! Prizes!"
họ gọi, một cách bối rối, "Giải thưởng! Giải thưởng!"
Alice had no idea what to do
Alice không biết phải làm gì
in despair she put her hand into her pocket
trong tuyệt vọng, cô đút tay vào túi
and she pulled out a box of sweets
và cô ấy lấy ra một hộp kẹo
luckily the salt-water had not got into the box
may mắn thay, nước mặn đã không lọt vào hộp
and she handed the sweets around as prizes
và cô ấy đưa kẹo xung quanh như một giải thưởng
There was exactly one piece for everyone
Có chính xác một mảnh ghép cho tất cả mọi người
The next thing they had to do was to eat the sweets
Điều tiếp theo họ phải làm là ăn đồ ngọt
this caused some noise and confusion
Điều này gây ra một số tiếng ồn và nhầm lẫn
the large birds complained that they could not taste their sweets
Những con chim lớn phàn nàn rằng chúng không thể nếm thử đồ ngọt của chúng
the small ones choked and had to be patted on the back
những con nhỏ bị nghẹt thở và phải vỗ vào lưng
However, it was over at last
Tuy nhiên, cuối cùng nó đã kết thúc
and they sat down again in a ring
và họ lại ngồi xuống trong một vòng tròn
and they begged the mouse to tell them something more
và họ cầu xin con chuột nói thêm điều gì đó
"You promised to tell me your history, you know," said Alice

"Anh đã hứa sẽ kể cho tôi nghe lịch sử của anh, anh biết đấy,"
Alice nói
and she made another little remark about cats in a whisper
và cô ấy thì thầm một nhận xét nhỏ về mèo
she didn't want to offend the mouse again
cô ấy không muốn xúc phạm con chuột một lần nữa
the little mouse turned to Alice and sighed
con chuột nhỏ quay sang Alice và thở dài
"Mine is a long and a sad tale!"
"Câu chuyện của tôi là một câu chuyện dài và buồn!"
"It is a long tail, certainly," said Alice
"Chắc chắn là một cái đuôi dài," Alice nói
and she looked down with wonder at the mouse's tail
và cô ấy nhìn xuống với sự ngạc nhiên về phía đuôi chuột
"but why do you call it a sad tail?"
"Nhưng tại sao anh lại gọi nó là một cái đuôi buồn?"
**And she kept on puzzling about it while the mouse was
speaking**
Và cô ấy tiếp tục bối rối về điều đó trong khi con chuột đang
nói
so that her idea of the tale was something like this
vì vậy ý tưởng của cô ấy về câu chuyện là một cái gì đó như
thế này

"Fury said to
a mouse, That
he met in the
house, 'Let
us both go
to law: *I*
will prosecute
you.—
Come, I'll
take no denial:
We must have
the trial;
For really
this morning
I've
nothing
to do.'
Said the
mouse to
the cur,
'Such a
trial, dear
sir, With
no jury
or judge,
would
be wasting
our
breath.'
'I'll be
judge,
I'll be
jury,'
said
cunning
old
Fury;
'I'll
try
the
whole
cause,
and
condemn
you to
death.'"

Fury said to a mouse, That he met in the house"
Fury nói với một con chuột, Rằng nó đã gặp trong nhà"
Let us both go to law: I will prosecute you
Cả hai chúng ta hãy ra tùa: Tôi sẽ truy tố bạn
Come, I'll take no denial: We must have the trial
Nào, tôi sẽ không phủ nhận: Chúng ta phải có phiên tòa
For really this morning I've nothing to do

Vì thực sự sáng nay tôi không có gì để làm
Said the mouse to the cur;
Con chuột nói với lời nguyền rủa;
Such a trial, dear sir, With no jury or judge, would be wasting our breath
Một phiên tòa như vậy, thưa ngài, nếu không có bồi thẩm đoàn hay thẩm phán, sẽ lãng phí hơi thở của chúng tôi
"I'll be judge, I'll be jury," said cunning old Fury
"Tôi sẽ là thẩm phán, tôi sẽ là bồi thẩm đoàn," Fury già xảo quyệt nói
I'll try the whole cause, and condemn you to death
Tôi sẽ xét xử toàn bộ chính nghĩa, và kết án tử hình các bạn
the mouse spoke severely to Alice
con chuột nói chuyện nghiêm khắc với Alice
"You are not paying attention!"
"Anh không chú ý!"
"What are you thinking of?"
"Anh đang nghĩ gì vậy?"
"I beg your pardon," said Alice very humbly
"Tôi xin lỗi anh," Alice nói rất khiêm tốn
"you had got to the fifth bend, I think?"
"Anh đã đến khúc cua thứ năm, tôi nghĩ vậy?"
"You insult me by talking such nonsense!"
"Anh xúc phạm tôi bằng cách nói những điều vô nghĩa như vậy!"
and the mouse got up and walked away
và con chuột đứng dậy và bỏ đi
Alice called after the little mouse
Alice gọi theo con chuột nhỏ
"Please come back and finish your story!"
"Xin hãy quay lại và kết thúc câu chuyện của bạn!"
And the others all joined in chorus
Và tất cả những người khác đều tham gia hợp xướng
"Yes, please do finish your story!"
"Vâng, xin hãy kết thúc câu chuyện của bạn!"
But the mouse only shook its head impatiently
Nhưng con chuột chỉ lắc đầu một cách thiếu kiên nhẫn

and the little mouse walked a little quicker
và con chuột nhỏ đi nhanh hơn một chút
"I wish I had Dinah, our cat, here!" said Alice
"Tôi ước gì tôi có Dinah, con mèo của chúng tôi, ở đây!" Alice
nói
This caused a remarkable sensation among the party
Điều này đã gây ra một cảm giác đáng chú ý trong bữa tiệc
Some of the birds hurried off at once
Một số con chim vội vã bỏ đi ngay lập tức
and a Canary called out in a trembling voice, to its children;
và một con chim hoàng yến kêu với những đứa trẻ của nó
bằng giọng run rẩy;
"Come away, my dears!"
"Đi đi, các bạn thân mến!"
"It's high time you were all in bed!"
"Đã đến lúc tất cả các bạn phải lên giường!"
with various excuses they all went away
với nhiều lý do khác nhau, tất cả đều biến mất
and Alice was soon left alone
và Alice nhanh chóng bị bỏ lại một mình
"I wish I hadn't mentioned Dinah!"
"Tôi ước gì tôi không nhắc đến Dinah!"
"Nobody seems to like her down here"
"Có vẻ như không ai thích cô ấy ở đây"
"but I'm sure she's the best cat in the world!"
"Nhưng tôi chắc chắn rằng cô ấy là con mèo tốt nhất trên thế
giới!"
Poor Alice began to cry again
Alice tội nghiệp lại bắt đầu khóc
because she felt very lonely and low-spirited
Bởi vì cô ấy cảm thấy rất cô đơn và thấp thỏm
In a little while, however, she again heard something
Tuy nhiên, sau một lúc, cô lại nghe thấy điều gì đó
a little pattering of footsteps in the distance
một tiếng bước chân nhỏ ở phía xa
and she looked up eagerly
và cô ấy háo hức nhìn lên

The rabbit sends in little Mr Bill
Con thỏ gửi ông Bill bé nhỏ vào

It was the white rabbit,trotting slowly back again
Đó là con thỏ trắng, chạy chậm rãi trở lại một lần nữa
he was looking about anxiously as he went
anh ấy đang lo lắng nhìn xung quanh khi anh ấy đi
he looked as if he had lost something
anh ta trông như thể anh ta đã mất một cái gì đó
Alice heard him muttering to himself
Alice nghe thấy anh lẩm bẩm với chính mình
"The Duchess! The Duchess! Oh, my dear paws!"
"Nữ công tước! Nữ công tước! Ôi, bàn chân thân yêu của tôi!"
"Oh, my fur and whiskers!"
"Ôi, bộ lông và râu của tôi!"
"She'll get me executed, I'm sure of that"
"Cô ấy sẽ xử tử tôi, tôi chắc chắn về điều đó"
"just as sure as ferrets are ferrets!"
"Chắc chắn như chồn hương là chồn hương!"

"Where can I have dropped my things, I wonder?"
"Tôi có thể đánh rơi đồ đạc của mình ở đâu, tôi tự hỏi?"
Alice guessed in a moment what he was looking for
Alice đoán được trong giây lát anh đang tìm kiếm gì
he was looking for the feather fan
anh ấy đang tìm kiếm chiếc quạt lông vũ
and he was looking for the pair of white gloves
và anh ta đang tìm kiếm đôi găng tay trắng
so she very good-naturedly began looking for the gloves
Vì vậy, cô ấy rất tốt bụng bắt đầu tìm găng tay
and she looked for the feather fan too
và cô ấy cũng tìm kiếm chiếc quạt lông vũ
but the gloves and feather fan were nowhere to be seen
nhưng găng tay và quạt lông vũ không được nhìn thấy ở đâu
everything seemed to have changed since her swim in the pool
Mọi thứ dường như đã thay đổi kể từ khi cô bơi trong hồ bơi
nothing was the same since she had been in the great hall
Không có gì giống nhau kể từ khi cô ấy ở trong Đại sảnh
and the glass table had vanished
và chiếc bàn kính đã biến mất
and the little door wasn't there either
và cánh cửa nhỏ cũng không ở đó
Very soon the rabbit noticed Alice
Rất nhanh thì, con thỏ nhận ra Alice
he called to her in an angry tone
anh gọi cô với giọng giận dữ
"Mary Ann, what are you doing out here?"
"Mary Ann, cô đang làm gì ở đây?"
"Run home this moment"
"Chạy về nhà ngay bây giờ"
"and fetch me a pair of gloves and a feather fan!"
"Và lấy cho tôi một đôi găng tay và một chiếc quạt lông vũ!"
"and be quick about it!"
"Và nhanh chóng về nó!"
Alice spoke to herself as she ran off
Alice tự nhủ khi cô chạy đi

"He must have mistaken me for his housemaid!"
"Chắc hẳn hắn đã nhầm tôi với người giúp việc của hắn!"
"How surprised he'll be when he finds out who I am!"
"Anh ấy sẽ ngạc nhiên biết bao khi phát hiện ra tôi là ai!"
As she said this, she came upon a neat little house
Khi cô ấy nói điều này, cô ấy bắt gặp một ngôi nhà nhỏ gọn gàng
on the door of the house was a bright brass plate
Trên cửa nhà là một tấm đồng sáng
"W. RABBIT"
"W. THỎ"
She went in without knocking on the door
Cô đi vào mà không gõ cửa
and she hurried straight upstairs
và cô vội vã đi thẳng lên lầu
she worried that she might meet the real Mary Ann
cô ấy lo lắng rằng cô ấy có thể gặp Mary Ann thực sự
because then she would be turned out of the house
bởi vì khi đó cô ấy sẽ bị đuổi ra khỏi nhà
and she wouldn't be able to find the feather fan and gloves
và cô ấy sẽ không thể tìm thấy chiếc quạt lông vũ và găng tay
Alice had found her way into a tidy little room
Alice đã tìm đường vào một căn phòng nhỏ gọn gàng
in the room was a table by the window
Trong phòng có một chiếc bàn cạnh cửa sổ
and on the table was a feather fan
và trên bàn là một chiếc quạt lông vũ
and there were two or three pairs of tiny white gloves
và có hai hoặc ba đôi găng tay trắng nhỏ
she picked up the feather fan and a pair of the gloves
Cô nhặt chiếc quạt lông vũ và một đôi găng tay
and she was just about to leave the room
và cô ấy sắp rời khỏi phòng
but then her eyes fell upon a little bottle
nhưng rồi mắt cô rơi vào một cái chai nhỏ
She uncorked the bottle and put it to her lips
Cô mở nút chai và đặt nó lên môi

"I do hope it'll make me grow large again"
"Tôi hy vọng nó sẽ khiến tôi lớn lên một lần nữa"
"I'm tired of being such a tiny little thing!"
"Tôi mệt mỏi vì trở thành một thứ nhỏ bé như vậy!"
Alice had hardly drunk half the bottle
Alice hầu như không uống được một nửa chai
her head was already pressing against the ceiling
đầu cô ấy đã ấn vào trần nhà
and she had to stoop down
và cô ấy phải cúi xuống
to save her neck from being broken
để cứu cổ cô ấy khỏi bị gãy
She hastily put down the bottle
Cô vội vã đặt chai xuống
"That's quite enough"
"Vậy là khá đủ"
"I hope I don't grow anymore"
"Tôi hy vọng tôi không lớn lên nữa"
Alas! It was too late to wish that!
Than ôi! Đã quá muộn để ước điều đó!
She went on growing and growing
Cô ấy tiếp tục phát triển và phát triển
and very soon she had to kneel down on the floor
và rất nhanh chóng cô phải quỳ xuống sàn nhà
and even then she went on growing
và thậm chí sau đó cô ấy vẫn tiếp tục phát triển
as a last resource she put one arm out of the window
như một nguồn lực cuối cùng, cô đưa một cánh tay ra ngoài
cửa sổ
and she put one foot up the chimney
và cô ấy đặt một chân lên ống khói
"Now I can do no more, whatever happens"
"Bây giờ tôi không thể làm gì nữa, bất cứ điều gì xảy ra"
"What will become of me?"
"Tôi sẽ ra sao?"

Alice had a spot of luck
Alice đã có một điểm may mắn
the little magic bottle had had its full effect
Chai ma thuật nhỏ đã có tác dụng đầy đủ
and Alice grew no larger than she was
và Alice không lớn hơn cô ấy
After a few minutes she heard a voice outside
Sau vài phút, cô nghe thấy một giọng nói bên ngoài
and she stopped to listen to the voice
và cô dừng lại để lắng nghe giọng nói
"Mary Ann! Mary Ann!" said the voice
"Mary Ann! Mary Ann!" giọng nói
"Fetch me my gloves this moment!"
"Lấy găng tay cho tôi ngay bây giờ!"
Then came a little pattering of feet on the stairs
Sau đó là một tiếng vỗ chân nhỏ trên cầu thang
Alice knew it was the rabbit coming to look for her
Alice biết đó là con thỏ đến tìm cô
and she trembled till she shook the house

và nàng run rẩy cho đến khi làm rung chuyển ngôi nhà
she quite forgot what her proportions were
cô hoàn toàn quên tỷ lệ của mình là gì
she was a thousand times as large as the rabbit
cô ấy lớn gấp ngàn lần con thỏ
and she had no reason to be afraid of a rabbit
và cô không có lý do gì để sợ thỏ
Presently the rabbit came up to the door
Ngay sau đó, con thỏ đến cửa
and the little rabbit tried to open the door
và con thỏ nhỏ cố gắng mở cửa
the door started to open inwards
cánh cửa bắt đầu mở ra bên trong
but Alice's elbow was pressed hard against the door
nhưng khuỷu tay của Alice bị ép mạnh vào cửa
that attempt proved a failure
Nỗ lực đó đã thất bại
Alice heard the rabbit speak to himself
Alice nghe thấy con thỏ nói với chính mình
"Then I'll go around and get in through the window"
"Vậy thì tôi sẽ đi vòng quanh và vào qua cửa sổ"
"That you won't!" thought Alice
"Rằng anh sẽ không!" Alice nghĩ
and she waited a little again
và cô ấy đợi một chút nữa
soon she heard the rabbit just under the window
Ngay sau đó, cô nghe thấy tiếng thỏ ngay dưới cửa sổ
she suddenly spread out her hand
Cô ấy đột nhiên dang tay ra
and she made a snatch in the air
và cô ấy đã giật lấy không trung
She did not get hold of anything
Cô ấy không nắm được bất cứ thứ gì
but she heard a little shriek and a fall
nhưng cô nghe thấy một tiếng hét nhỏ và một tiếng ngã
and she heard a crash of broken glass
và cô nghe thấy tiếng kính vỡ

perhaps the rabbit had fallen
Có lẽ con thỏ đã ngã
maybe he was in a green-house
Có lẽ anh ấy đang ở trong một ngôi nhà xanh
Next came an angry voice; the rabbit's voice
Tiếp theo là một giọng nói giận dữ; Giọng nói của con thỏ
"Pat, where are you?"
"Pat, anh đang ở đâu?"
And then came a voice she had never heard before
Và rồi một giọng nói mà cô chưa bao giờ nghe trước đây vang lên
"your honour, I'm here!"
"Thưa ngài, tôi ở đây!"
"I'm digging for apples"
"Tôi đang đào táo"
"Here! Come and help me out of this!"
"Đây! Hãy đến và giúp tôi thoát khỏi điều này!"
"Now tell me, Pat, what's that in the window?"
"Bây giờ hãy nói cho tôi biết, Pat, cái gì trong cửa sổ?"
"Sure, your honour, I will tell you"
"Chắc chắn rồi, tôi sẽ nói với ngài"
"it's an arm that's in the window!"
"Đó là một cánh tay ở trong cửa sổ!"
"Well, an arm has no business there"
"Chà, một cánh tay không có việc gì ở đó"
"go and take the arm away!"
"Đi và lấy cánh tay đi!"
There was a long silence after this
Có một sự im lặng dài sau đó
and Alice could only hear whispers now and then
và Alice chỉ có thể nghe thấy những lời thì thầm thỉnh thoảng
and at last she spread out her hand again
và cuối cùng cô lại dang tay ra
and she made another snatch in the air
và cô ấy thực hiện một cú giật khác trong không trung
This time there were two little shrieks
Lần này có hai tiếng la hét nhỏ

and there was more sounds of broken glass
và có nhiều âm thanh của kính vỡ hơn
"I wonder what they'll do next!" thought Alice
"Tôi tự hỏi họ sẽ làm gì tiếp theo!" Alice nghĩ
"I wish they would pull me out the window"
"Tôi ước họ sẽ kéo tôi ra khỏi cửa sổ"
She waited for some time
Cô đợi một lúc
but for a while she didn't hear anything more
nhưng trong một thời gian cô không nghe thấy gì thêm
At last came a rumbling of little wheels
Cuối cùng là một tiếng ầm ầm của những bánh xe nhỏ
and there came the sound of a good many voices
và có âm thanh của nhiều giọng nói
all the voices were talking together
tất cả các giọng nói đang nói chuyện với nhau
She could make out some of the words
Cô có thể hiểu ra một số từ
"Where's the other ladder?"
"Cái thang kia đâu?"
"Bill's got the other ladder"
"Bill có nấc thang khác"
"Bill, come here!"
"Bill, đến đây!"
"Will the roof bear the load?"
"Mái nhà có chịu được tải trọng không?"
"Who wants to go down the chimney?"
"Ai muốn đi xuống ống khói?"
"Nay, I shall not! You do it!"
"Không, tôi sẽ không! Bạn làm điều đó!"
"Here, Bill!"
"Đây, Bill!"
"The master says you've got to go down the chimney!"
"Chủ nhân nói anh phải đi xuống ống khói!"
Alice drew her foot as far down the chimney as she could
Alice rút chân xuống ống khói càng xa càng tốt
and then she waited to see what was coming

và sau đó cô ấy chờ xem điều gì sẽ xảy ra
she heard a little animal scratching and scrambling
Cô nghe thấy một con vật nhỏ cào và tranh giành
the little animal must be in the chimney
con vật nhỏ phải ở trong ống khói
then she gave one sharp kick
Sau đó, cô ấy đá một cú mạnh
and she waited to see what would happen next
và cô ấy chờ xem điều gì sẽ xảy ra tiếp theo
she heard a general chorus of voices
cô nghe thấy một dàn hợp xướng chung của giọng nói
"There goes Bill!" they all said
"Bill đi rồi!" tất cả họ đều nói
then she heard the rabbit's voice alone
Rồi cô nghe thấy giọng thỏ một mình
"You by the hedge, catch him!"
"Anh bên hàng rào, bắt anh ta!"
there was another moment of silence
Có một khoảnh khắc im lặng khác
and then there was another confusion of voices
và sau đó có một sự nhầm lẫn khác của giọng nói
"Hold up his head, Brandy"
"Ngẩng đầu lên, Brandy"
"be careful not to choke him"
"Hãy cẩn thận để không làm nghẹt thở anh ấy"
"What happened to you?"
"Chuyện gì đã xảy ra với anh?"
Last came a little feeble, squeaking voice
Cuối cùng là một giọng nói hơi yếu ớt, rít
"Well, I hardly know no more"
"Chà, tôi hầu như không biết gì nữa"
"thank you all, I'm better now"
"Cảm ơn tất cả các bạn, bây giờ tôi đã tốt hơn"
"there is one thing I can remember"
"Có một điều tôi có thể nhớ"
"something comes at me like a train in a tunnel"
"Có thứ gì đó đến với tôi như một chuyến tàu trong đường

hầm"
"and up I fly like a sky-rocket!"
"và tôi bay lên như một tên lửa trên trời!"
there was a minute or two of silence
Có một hoặc hai phút im lặng
and then they began moving about again
và sau đó họ bắt đầu di chuyển một lần nữa
and Alice heard the Rabbit speak again
và Alice nghe thấy con Thỏ nói một lần nữa
"A barrowful will do, to begin with"
"Một chiếc xe ngựa sẽ làm được, ngay từ đầu"
"A barrowful of what?" thought Alice
"Một cái gì vậy?" Alice nghĩ
But she was not kept in suspense for long
Nhưng cô ấy không bị giữ trong hồi hộp lâu
a shower of little pebbles came through the window
một cơn mưa đá cuội nhỏ chảy qua cửa sổ
and some of the little pebbles hit her in the face
và một số viên sỏi nhỏ đập vào mặt cô ấy
Alice was surprised about the little pebbles
Alice ngạc nhiên về những viên sỏi nhỏ
all the little pebbles were turning into cakes
tất cả những viên sỏi nhỏ đang biến thành bánh ngọt
and a bright idea came into her head
và một ý tưởng tuyệt vời xuất hiện trong đầu cô
"I should eat one of these cakes"
"Tôi nên ăn một trong những chiếc bánh này"
"cake is sure to make some change in my size"
"Bánh chắc chắn sẽ tạo ra một số thay đổi về kích thước của
tôi"
So she swallowed one of the cakes
Vì vậy, cô ấy nuốt một trong những chiếc bánh
and she was delighted to find that she began shrinking
và cô ấy rất vui khi thấy rằng cô ấy bắt đầu co lại
soon she was small enough to get through the door
chẳng mấy chốc cô ấy đủ nhỏ để bước qua cánh cửa
she ran out of the house

cô ấy chạy ra khỏi nhà
a crowd of little animals and birds were waiting outside
một đám đông động vật nhỏ và chim đang đợi bên ngoài
all the little birds and animals rushed at Alice
tất cả những con chim nhỏ và động vật lao vào Alice
but she ran off as fast as she could
nhưng cô ấy chạy nhanh nhất có thể
and soon she found herself safe in a thick wood
và chẳng mấy chốc cô thấy mình an toàn trong một khu rừng rậm
Alice wandered about in the woods
Alice lang thang trong rừng
and she thought to herself:
và nàng nghĩ thầm:
"I know what I have to do first"
"Tôi biết mình phải làm gì trước"
"first I have to grow to my right size again"
"Đầu tiên tôi phải phát triển đến kích thước phù hợp của mình một lần nữa"
"and then I have to find my way into that lovely garden"
"và sau đó tôi phải tìm đường vào khu vườn xinh xắn đó"
"I suppose I ought to eat or drink something or other"
"Tôi cho rằng tôi nên ăn hoặc uống điều gì đó hay thứ khác"
"but the question is what should I eat or drink?"
"Nhưng câu hỏi là tôi nên ăn gì hay uống gì?"
Alice looked all around her at the flowers
Alice nhìn xung quanh cô ấy vào những bông hoa
and she looked through the blades of grass
và nàng nhìn qua những ngọn cỏ
but she could not see anything to eat or drink
nhưng cô không thể nhìn thấy bất cứ thứ gì để ăn hoặc uống
nothing looked like the right thing to eat or drink
không có gì giống như thứ phù hợp để ăn hoặc uống
There was a large mushroom growing near her
Có một cây nấm lớn mọc gần cô ấy
the mushroom was about the same height as Alice
cây nấm có chiều cao tương đương với Alice

She stretched herself up on tiptoes
Cô ấy vươn người lên bằng cách nhón chân
and she peeped over the edge of the mushroom
và cô nhìn trộm qua mép nấm
her eyes immediately met the eyes of a large blue caterpillar
Mắt cô ngay lập tức chạm vào mắt của một con sâu bướm lớn
màu xanh lam
the caterpillar was sitting on the top of the mushroom
con sâu bướm đang ngồi trên ngọn nấm
and the caterpillar had crossed all his arms
và con sâu bướm đã khoanh tay
and he was quietly smoking a long hookah
và anh ta đang lặng lẽ hút một chiếc hookah dài
and he took not the smallest notice of anything
và anh ta không để ý đến bất cứ điều gì
and he certainly didn't pay attention to Alice
và anh ấy chắc chắn không chú ý đến Alice

Advice from a caterpillar

Lời khuyên từ một con sâu bướm

At last the caterpillar took the hookah out of its mouth

Cuối cùng con sâu bướm đã lấy hookah ra khỏi miệng

and he addressed Alice in a languid, sleepy voice

và anh nói với Alice bằng một giọng uể oải, buồn ngủ

"Who are you?" said the caterpillar

"Anh là ai?" con sâu bướm nói

Alice replied, rather shyly, "I hardly know, sir"

Alice trả lời, khá ngượng ngùng, "Tôi hầu như không biết, thưa ngài"

"just at the moment it's all a bit..."

"Chỉ vào lúc này, tất cả chỉ là một chút..."

"I know who I was when I got up this morning""

"Tôi biết tôi là ai khi tôi thức dậy sáng nay".

"but I think I must have changed several times since then"

"nhưng tôi nghĩ tôi phải thay đổi nhiều lần kể từ đó"

"What do you mean by that?" said the caterpillar

"Ý anh là gì?" con sâu bướm nói

sternly the caterpillar asked her to explain herself
Nghiêm khắc con sâu bướm yêu cầu cô giải thích bản thân
"I can't explain myself, I'm afraid, sir," said Alice
"Tôi không thể giải thích bản thân, tôi sợ, thưa ngài," Alice nói
"because I'm not myself"
"bởi vì tôi không phải là chính mình"
"you see, being so many different sizes in a day is very confusing"
"Bạn thấy đấy, có rất nhiều kích cỡ khác nhau trong một ngày rất khó hiểu"
She pulled herself up and said very gravely:
Cô đứng dậy và nói rất nghiêm túc:
"I think you ought to tell me who you are, first"
"Tôi nghĩ anh nên nói cho tôi biết anh là ai, trước tiên"
"Why?" said the caterpillar
"Tại sao?" con sâu bướm nói
Alice could not think of any good reason
Alice không thể nghĩ ra bất kỳ lý do chính đáng nào
and the caterpillar seemed to be in a very unpleasant state of mind
và con sâu bướm dường như đang ở trong một trạng thái tâm trí rất khó chịu
so she turned away
vì vậy cô ấy quay đi
"Come back!" the caterpillar called after her
"Quay lại!" con sâu bướm gọi theo cô
"I've something important to say!"
"Tôi có một điều quan trọng muốn nói!"
Alice turned and came back again
Alice quay lại và quay lại
"Keep your temper," said the caterpillar
"Giữ bình tĩnh," con sâu bướm nói
"Is that all?" said Alice
"Chỉ vậy thôi?" Alice nói
and she swallowed her anger as well as she could
và cô ấy nuốt cơn giận của mình hết sức có thể
"No," said the caterpillar

"Không," con sâu bướm nói
the caterpillar unfolded its arms
con sâu bướm dang rộng cánh tay của nó
and he took the hookah out of his mouth again
và anh ta lại lấy hookah ra khỏi miệng mình
and he said, "So you think you're changed, do you?"
và anh ấy nói, "Vậy anh nghĩ rằng anh đã thay đổi, phải không?"
"I'm afraid, I am changed, sir," said Alice
"Tôi sợ, tôi đã thay đổi, thưa ngài," Alice nói
"I can't remember things as I used to remember them"
"Tôi không thể nhớ mọi thứ như tôi đã từng nhớ chúng"
"and I don't stay the same size for more than ten minutes!"
"Và tôi không giữ nguyên kích thước quá mười phút!"
"What size do you want to be?" asked the caterpillar
"Anh muốn có kích thước bao nhiêu?" con sâu bướm hỏi
"Oh, I don't particularly mind what size I am," Alice hastily replied
"Ồ, tôi không đặc biệt bận tâm đến kích thước của mình," Alice vội vàng trả lời
"I just don't like changing size so often, you know"
"Tôi chỉ không thích thay đổi kích thước thường xuyên, bạn biết đấy"
"I would like to be a little larger, sir"
"Tôi muốn lớn hơn một chút, thưa ngài"
"if you wouldn't mind," added Alice
"Nếu anh không phiền," Alice nói thêm
"Ten centimetres is such a wretched height to be"
"Mười cm là một chiều cao khốn khổ"
"It is a very good height indeed!" said the caterpillar angrily
"Đó thực sự là một chiều cao rất tốt!" con sâu bướm tức giận nói
and he reared itself upright as he spoke
và ông đứng thẳng khi nói
he was exactly ten centimetres high
anh ta cao chính xác mười cm
In a minute or two, the caterpillar got down off the

mushroom

Trong một hoặc hai phút, con sâu bướm đã thoát khỏi nấm

and he crawled away into the grass

và anh ta bò đi vào bãi cỏ

as he went away, he made some little remarks

Khi anh ấy đi xa, anh ấy đã đưa ra một số nhận xét nhỏ

"One side will make you grow taller"

"Một bên sẽ làm cho bạn cao hơn"

"and the other side will make you grow shorter"

"Và phía bên kia sẽ làm cho bạn trở nên thấp hơn"

"One side of what?" thought Alice to herself

"Một mặt của cái gì?" Alice nghĩ với chính mình

"The other side of what?"

"Mặt khác của cái gì?"

"the side of the mushroom," said the caterpillar

"Bên cạnh nấm," con sâu bướm nói

it was as if she had asked her question aloud

Như thể cô đã hỏi lớn câu hỏi của mình

and in another moment, he was out of sight

và trong một khoảnh khắc khác, anh ta đã khuất tầm nhìn

Alice remained looking thoughtfully at the mushroom

Alice vẫn trầm ngâm nhìn cây nấm

she was trying to make out which were the two sides of the mushroom

Cô đang cố gắng tìm ra hai mặt của nấm

At last she stretched her arms around the mushroom

Cuối cùng cô duỗi tay quanh cây nấm

and she broke off a bit of the edges

và cô ấy đã bẻ gãy một chút các cạnh

"And now, which side is which?" she said to herself

"Và bây giờ, bên nào là bên nào?" cô tự nhủ

and she nibbled a little of the right-hand bit

và cô ấy gặm một chút bên tay phải

The next moment she felt a violent blow underneath her chin

Khoảnh khắc tiếp theo, cô cảm thấy một cú đánh dữ dội dưới cằm

her chin had struck her foot!
cằm cô ấy đã đập vào chân cô ấy!
She was a good deal frightened by this very sudden change
Cô rất sợ hãi trước sự thay đổi rất đột ngột này
she was shrinking very rapidly
cô ấy co lại rất nhanh
so she quickly ate some of the other bit of mushroom
Vì vậy, cô ấy nhanh chóng ăn một ít nấm khác
Her chin was pressed very closely against her foot
Cằm của cô ấy được ép rất chặt vào chân cô ấy
there was hardly room to open her mouth
hầu như không có chỗ để mở miệng
but she did at last manage to open her mouth
nhưng cuối cùng cô ấy đã cố gắng mở miệng
and she swallowed a morsel of the left-hand bit
và cô nuốt một miếng bên trái
"my head's been freed at last!" said Alice
"Cuối cùng đầu tôi cũng được giải thoát!" Alice nói
she looked down at herself
cô ấy nhìn xuống chính mình
but all she could see was an immense length of neck
nhưng tất cả những gì cô có thể nhìn thấy là một cái cổ dài
khổng lồ
her neck seemed to rise like a stalk
cổ cô ấy dường như nhô lên như một cuống
and she looked down over a sea of green leaves
và cô nhìn xuống một biển lá xanh
"Where have my shoulders gotten to?"
"Vai tôi đã đi đâu?"
"And oh, my poor hands, how is it I can't see you?"
"Và ôi, đôi tay tội nghiệp của tôi, làm sao tôi không thể nhìn
thấy anh?"
but her neck did have one benefit
nhưng cổ của cô ấy có một lợi ích
she could move her head in any direction
cô ấy có thể di chuyển đầu theo bất kỳ hướng nào
in fact, she was just like a serpent

Trên thực tế, cô ấy giống như một con rắn
she gracefully zigzagged her head down
Cô duyên dáng ngoằn ngoèo đầu xuống
and she moved her head through the trees
và cô ấy di chuyển đầu qua những tán cây
but then she heard a sharp hiss
nhưng sau đó cô nghe thấy một tiếng rít sắc bén
and she quickly pulled her head back
và cô ấy nhanh chóng rút đầu ra sau
a large pigeon had flown into her face
Một con chim bồ câu lớn đã bay vào mặt cô
and the pigeon was violently with its wings
và con chim bồ câu hung dữ với đôi cánh của nó

"Serpent!" cried the pigeon
"Con rắn!" chim bồ câu kêu lên
"I'm not a serpent!" said Alice indignantly
"Tôi không phải là một con rắn!" Alice phẫn nộ nói

"Leave me alone!"
"Để tôi yên!"

"I've tried the roots of trees"
"Tôi đã thử rễ cây"

"and I've tried hedges," the pigeon went on
"và tôi đã thử hàng rào," con chim bồ câu tiếp tục

"but those serpents! There's no pleasing them!"
"Nhưng những con rắn đó! Không có gì làm hài lòng họ!"

Alice was more and more puzzled
Alice càng ngày càng bối rối

"As if it wasn't trouble enough hatching the eggs," said the pigeon
"Như thể không đủ rắc rối khi ấp trứng," con chim bồ câu nói

"by night and day I must look out for serpents too!"
"Cả ngày lẫn đêm tôi cũng phải đề phòng rắn!"

"I had just found the highest tree in the forest"
"Tôi vừa tìm thấy cái cây cao nhất trong rừng"

"surely I'd be free from serpents here?"
"Chắc chắn tôi sẽ không bị rắn ở đây?"

"and out comes a serpent from the sky!"
"Và một con rắn từ trên trời đi ra!"

"But I'm not a serpent, I tell you!" said Alice
"Nhưng tôi không phải là một con rắn, tôi nói với bạn!" Alice nói

"I'm a... I'm a... I'm a little girl," she added rather doubtfully
"Tôi là... Tôi là... Tôi là một cô bé," cô nói thêm một cách khá nghi ngờ

she had after all been going through a lot of changes
Rốt cuộc, cô ấy đã trải qua rất nhiều thay đổi

"You're looking for eggs," said the pigeon
"Anh đang tìm trứng," con chim bồ câu nói

"I know that for a fact"
"Tôi biết điều đó là một sự thật"

"and what does it matter if you're a little girl or a serpent?"
"Và có vấn đề gì nếu bạn là một cô bé hay một con rắn?"

"It matters a good deal to me," said Alice hastily
"Điều đó rất quan trọng đối với tôi," Alice vội vàng nói

"but I'm not looking for eggs, as it happens"
"Nhưng tôi không tìm kiếm trứng, như nó xảy ra"
"and I wouldn't want your eggs anyway"
"và dù sao thì tôi cũng không muốn trứng của bạn"
"I don't like my eggs raw"
"Tôi không thích trứng sống của mình"
"Well, be off then!" said the pigeon in a sulky tone
"Vậy thì đi đi!" con chim bồ câu nói với giọng hờn dỗi
and the pigeon settled down again into its nest
và con chim bồ câu lại lắng xuống tổ của nó
Alice crouched down among the trees as well as she could
Alice cúi xuống giữa những tán cây tốt nhất có thể
her neck kept getting entangled among the branches
cổ cô ấy liên tục vướng vào cành cây
every now and then she had to stop and untwist her neck
Thỉnh thoảng cô phải dừng lại và tháo cổ
After awhile she remembered the mushroom
Sau một lúc, cô nhớ ra cây nấm
she still held the pieces of mushroom in her hands
Cô vẫn cầm những mảnh nấm trên tay
and she set to work very carefully
và cô bắt đầu làm việc rất cẩn thận
first she nibbled at one piece
Đầu tiên cô gặm nhấm một mảnh
and then she nibbled at the other piece
và sau đó cô gặm nhấm mảnh kia
sometimes she grew taller
đôi khi cô ấy cao hơn
and sometimes she grew shorter
và đôi khi cô ấy trở nên thấp hơn
but finally she achieved her usual height
nhưng cuối cùng cô ấy đã đạt được chiều cao bình thường của mình
she hadn't been her own height for some time
cô ấy đã không có chiều cao của chính mình trong một thời gian
so everything felt strange for a while

Vì vậy, mọi thứ cảm thấy kỳ lạ trong một thời gian
"The next thing to do is to get into that beautiful garden"
"Điều tiếp theo cần làm là vào khu vườn xinh đẹp đó"
"how is that to be done, I wonder?"
"Làm thế nào để làm điều đó, tôi tự hỏi?"
As she said this, she came upon an open place
Khi cô ấy nói điều này, cô ấy bắt gặp một nơi trống
there was a little house, a bit higher than a metre
có một ngôi nhà nhỏ, cao hơn một mét một chút
"I wonder who lives in this little house"
"Tôi tự hỏi ai sống trong ngôi nhà nhỏ này"
"I certainly can't go in as big as I am"
"Tôi chắc chắn không thể đi vào lớn như tôi"
"I would frighten them terribly!"
"Tôi sẽ làm họ sợ hãi khủng khiếp!"
so she nibbled at the little mushroom again
vì vậy cô lại gặm nhấm cây nấm nhỏ
and soon she brought herself down thirty centimetres
và chẳng mấy chốc cô ấy hạ mình xuống ba mươi cm

A pig and some pepper
Một con lợn và một ít hạt tiêu
For a minute or two she stood looking at the house
Trong một hoặc hai phút, cô đứng nhìn ngôi nhà
suddenly a footman came running out of the woods
Đột nhiên một người hầu chạy ra khỏi rừng
he was wearing a special livery uniform
anh ấy mặc một bộ đồng phục màu sơn đặc biệt
judging by his face only, she would have called him a fish
Đánh giá chỉ bằng khuôn mặt của anh, cô sẽ gọi anh là cá
and he rapped loudly at the door with his knuckles
và anh ta gõ lớn vào cửa bằng các đốt ngón tay của mình
the door was opened by another footman
Cánh cửa được mở bởi một người hầu khác
this footman too was wearing a special livery
Người hầu này cũng mặc một màu sơn đặc biệt
this footman had a round face and large eyes like a frog
Người hầu này có khuôn mặt tròn và đôi mắt to như ếch

The footman that looked like a fish initiated the ceremony
Người hầu trông giống như một con cá khởi xướng buổi lễ
he pulled out something from under his arm
anh ta rút ra thứ gì đó từ dưới cánh tay của mình
and he pulled out from under his arm an envelope
và anh ta rút ra từ dưới cánh tay mình một phong bì
and this envelope he handed over to the other footman
và phong bì này anh ta đưa cho người hầu kia
in a ceremonious tone he told him the orders
bằng một giọng nghi lễ, anh ta nói với anh ta những mệnh
lệnh
"This message is for the Duchess"
"Thông điệp này dành cho Nữ công tước"
"An invitation from the queen to play croquet"
"Lời mời từ nữ hoàng chơi croquet"
The footman that looked like a frog repeated the order
Người hầu trông giống như một con ếch lặp lại mệnh lệnh
"from the queen"
"Từ Nữ hoàng"
"an invitation"
"Lời mời"
"for the Duchess"
"cho Nữ công tước"
"playing croquet"
"Chơi croquet"
Then they both bowed low
Sau đó, cả hai đều cúi đầu thấp
and the curls in their wigs got entangled together
và những lọn tóc giả của họ vướng vào nhau
soon the footman that looked like a fish was gone
Chẳng mấy chốc, người hầu trông giống như một con cá đã
biến mất
but the footman that looked like a frog was still there
Nhưng người hầu trông giống như một con ếch vẫn còn đó
he was sitting on the ground near the door
anh ấy đang ngồi trên mặt đất gần cửa
he was staring stupidly up into the sky

anh ta đang nhìn chằm chằm lên bầu trời một cách ngu ngốc
Alice went timidly up to the door and knocked
Alice rụt rè đi đến cửa và gõ cửa
"There's no use in knocking," said the footman
"Không có ích gì khi gõ cửa," người hầu nói
"and that is for two reasons"
"Và đó là vì hai lý do"
"First, because I'm on the same side of the door as you are"
"Đầu tiên, bởi vì tôi ở cùng phía cánh cửa với anh"
"secondly, because they're making so much noise inside"
"Thứ hai, bởi vì họ đang tạo ra quá nhiều tiếng ồn bên trong"
"no one could possibly hear you"
"Không ai có thể nghe thấy bạn"
And there certainly was a most extraordinary noise going on within
Và chắc chắn có một tiếng ồn phi thường nhất đang diễn ra bên trong
a constant howling and sneezing
một tiếng hú và hắt hơi liên tục
and every now and then a sound of great crashing
và thỉnh thoảng lại có âm thanh va chạm lớn
as if a dish or kettle had been broken to pieces
như thể một chiếc đĩa hoặc ấm đun nước đã bị vỡ thành từng mảnh
"How am I to get in?" asked Alice
"Làm thế nào tôi có thể vào được?" Alice hỏi
"Should you get in at all?" said the footman
"Anh có nên vào không?" người hầu nói
"That's the first question, you know"
"Đó là câu hỏi đầu tiên, bạn biết đấy"
Alice opened the door and went in
Alice mở cửa và đi vào
The door led right into a large kitchen
Cánh cửa dẫn thẳng vào một căn bếp lớn
the kitchen was full of smoke from one end to the other
nhà bếp đầy khói từ đầu này sang đầu kia
in the middle of the kitchen was the Duchess

ở giữa nhà bếp là Nữ công tước
she was sitting on a three-legged stool
cô ấy đang ngồi trên một chiếc ghế ba chân
and she was nursing a baby
và cô ấy đang cho con bú
the cook was leaning over the fire
người đầu bếp đang nghiêng người trên đống lửa
he was stirring a large caldron
anh ta đang khuấy một cái vạc lớn
and the caldron seemed to be full of soup
và cái vạc dường như đầy súp
**"There's certainly too much pepper in that soup!" Alice said
to herself**
"Chắc chắn có quá nhiều hạt tiêu trong món súp đó!" Alice tự
nhủ
she said it as best she could without sneezing
cô ấy nói điều đó tốt nhất có thể mà không hắt hơi
Even the Duchess sneezed occasionally
Ngay cả Nữ công tước thỉnh thoảng cũng hắt hơi
but the baby's actions were the most noteworthy
Nhưng hành động của em bé là đáng chú ý nhất
the baby was sneezing and howling alternately
em bé hắt hơi và hú luân phiên
**there was not a moment's pause between howling and
sneezing**
không có một giây phút nào giữa tiếng hú và hắt hơi
There were two creatures in the kitchen that did not sneeze
Có hai sinh vật trong bếp không hắt hơi
the cook was too busy to sneeze
đầu bếp quá bận rộn để hắt hơi
and the large cat did not seem to mind the pepper
và con mèo lớn dường như không bận tâm đến hạt tiêu
instead, the large cat was grinning from ear to ear
Thay vào đó, con mèo lớn đang cười toe toét
"Please would you tell me," said Alice, a little timidly
"Làm ơn anh có thể nói cho tôi biết," Alice nói, hơi rụt rè
"why is your cat grinning like that?"

"Tại sao con mèo của bạn lại cười toe toét như vậy?"

"It's a Cheshire-Cat," said the Duchess

"Đó là một con mèo Cheshire," Nữ công tước nói

"and that's why he's grinning from ear to ear"

"Và đó là lý do tại sao anh ấy cười toe toét"

"I didn't know that a Cheshire-Cat always grinned"

"Tôi không biết rằng một con mèo Cheshire luôn cười toe toét"

"in fact, I didn't know that cats could grin," said Alice

"Trên thực tế, tôi không biết rằng mèo có thể cười," Alice nói

"there is much you don't know," said the Duchess

"Có nhiều điều bạn không biết," Nữ công tước nói

"there is much you don't know and that's a fact"

"Có nhiều điều bạn không biết và đó là một sự thật"

Just then the cook took the caldron of soup off the fire

Ngay sau đó, người đầu bếp lấy nồi súp ra khỏi lửa

and at once she started throwing everything within her reach

và ngay lập tức cô bắt đầu ném mọi thứ trong tầm tay của
mình

she threw everything she could at the Duchess and the babe

cô ném mọi thứ có thể vào Nữ công tước và đứa bé

first she threw the fire-irons

Đầu tiên cô ném bàn ủi lửa

then she threw a handful of saucepans

Sau đó, cô ấy ném một nắm chảo

and finally she threw the plates and dishes

và cuối cùng cô ném đĩa và bát đĩa

The Duchess took no notice of her

Nữ công tước không để ý đến cô ấy

even when she was hit by a plate she did not worry

Ngay cả khi cô ấy bị đĩa, cô ấy cũng không lo lắng

the baby was already howling so much

đứa bé đã hú rất nhiều

**so it was impossible to say whether the blows hurt the baby
or not**

Vì vậy, không thể nói liệu những cú đánh có làm tổn thương
em bé hay không

"Oh, please mind what you're doing!" cried Alice

"Ồ, xin hãy để ý những gì anh đang làm!" Alice kêu lên
and she jumped up and down in an agony of terror
và cô ấy nhảy lên nhảy xuống trong một nỗi kinh hoàng
the Duchess offered Alice the baby
Nữ công tước đã đề nghị Alice đứa bé
"Here! You may nurse the baby a bit, if you like!"
"Đây! Cô có thể cho bé bú một chút, nếu cô thích!"
and she flung the baby at her as she spoke
và cô ấy ném đứa bé vào cô ấy khi cô ấy nói
"I must go and get ready to play croquet with the queen"
"Tôi phải đi và sẵn sàng chơi croquet với nữ hoàng"
and she hurried out of the room
và cô vội vã ra khỏi phòng
Alice caught the baby with some difficulty
Alice bắt được đứa bé với một số khó khăn
because it was a very odd-shaped little creature
bởi vì nó là một sinh vật nhỏ bé có hình dạng rất kỳ lạ
and the baby held out its arms and legs in all directions
và đứa bé giơ tay và chân ra mọi hướng
"I better take this child away with me," thought Alice
"Tốt hơn là tôi nên mang đứa trẻ này đi cùng," Alice nghĩ
"they're sure to kill this baby in a day or two"
"Họ chắc chắn sẽ giết đứa bé này trong một hoặc hai ngày"
"Wouldn't it be murder to leave this baby behind?"
"Không phải là giết người nếu bỏ lại đứa bé này sao?"
She said the last words out loud
Cô ấy nói to những lời cuối cùng
and the little thing grunted in reply
và thứ nhỏ bé càu nhàu đáp lại
"you best not turn into a pig, my dear," said Alice
"Tốt nhất là anh không nên biến thành một con lợn, em yêu,"
Alice nói
"or else I'll have nothing more to do with you"
"Nếu không tôi sẽ không liên quan gì đến anh nữa"
Alice was just beginning to think to herself:
Alice chỉ mới bắt đầu suy nghĩ:
"Now, what am I to do with this creature, when I get it

home?"
"Bây giờ, tôi phải làm gì với sinh vật này, khi tôi đưa nó về nhà?"
but then the little creature grunted a little violently
nhưng sau đó sinh vật nhỏ bé cầu nhàu một chút dữ dội
and Alice looked down into its face in some alarm
và Alice nhìn xuống mặt nó với vẻ hoảng hốt
This time there could be no mistake about it
Lần này không thể có sai lầm về nó
it was neither more nor less than a pig
nó không nhiều hơn cũng không kém một con lợn
so she set the little creature down
vì vậy cô đặt sinh vật nhỏ bé xuống
and the little creature trot away quietly into the wood
và sinh vật nhỏ lặng lẽ chạy vào rừng
Alice felt quite relieved to see the creature go
Alice cảm thấy khá nhẹ nhõm khi thấy sinh vật này ra đi
Alice was a little startled by seeing the Cheshire-Cat
Alice hơi giật mình khi nhìn thấy con mèo Cheshire
it was sitting on a bough of a tree a few yards off
nó đang ngồi trên một cành cây cách đó vài mét
The cat only grinned when it saw her
Con mèo chỉ cười toe toét khi nhìn thấy cô
"Cheshire-cat," began Alice, rather timidly
"Con mèo Cheshire," Alice bắt đầu, khá rụt rè
"would you please tell me which way I ought to go from here?"
"Anh có thể cho tôi biết tôi nên đi theo hướng nào từ đây không?"
"In that direction," the cat said
"Theo hướng đó," con mèo nói
and it waved the right paw around
và nó vẫy bàn chân phải xung quanh
"In that direction lives a maker of hats"
"Ở hướng đó sống một người thợ mũ"
and then the cat waved its other paw
và sau đó con mèo vẫy bàn chân kia của nó

"and in that direction lives a march hare"
"Và theo hướng đó sống một con thỏ hành quân"
"Visit either you like; they're both mad"
"Ghé thăm một trong hai bạn thích; cả hai đều điên rồi"
"But I don't want to go among mad people," Alice remarked
"Nhưng tôi không muốn đi giữa những người điên," Alice
nhận xét
"Oh, you can't help that," said the Cat
"Ồ, anh không thể không làm điều đó," Con Mèo nói
"we're all mad here"
"Tất cả chúng ta đều điên ở đây"
"are you playing croquet with the queen today?"
"Hôm nay bạn đang chơi croquet với nữ hoàng à?"
"I would like to very much," said Alice
"Tôi rất muốn làm vậy," Alice nói
"but I haven't been invited yet"
"nhưng tôi vẫn chưa được mời"
"You'll see me there," said the Cat
"Anh sẽ thấy tôi ở đó," Con Mèo nói
and from one moment to the next the cat vanished
và từ khoảnh khắc này sang khoảnh khắc khác, con mèo biến
mất
soon Alice got in sight of the house of the march hare
chẳng mấy chốc, Alice đã nhìn thấy ngôi nhà của thỏ hành
quân
this was a very large house
Đây là một ngôi nhà rất lớn
so Alice did not want to go near the house
vì vậy Alice không muốn đến gần nhà
**first she had to nibble some more of the left side bit of
mushroom**
Đầu tiên cô phải gặm thêm một ít nấm bên trái

a mad tea-party
Một bữa tiệc trà điên cuồng

In front of the house there was a tree
Trước nhà có một cái cây
and under the tree there was a table
và dưới gốc cây có một cái bàn
and the table was set with all sorts of cutlery
và bàn được đặt với đủ loại dao kéo
the march hare and the hat maker were at the table
Thỏ March và người thợ làm mũ đang ngồi tại bàn
and together they were having tea
và họ đang cùng nhau uống trà
a dormouse was sitting between them
Một con chuột ngủ đang ngồi giữa họ
and the dormouse was fast asleep
và con chuột ngủ say
The table was of extraordinary size
Chiếc bàn có kích thước phi thường
but most of the table was unoccupied
nhưng hầu hết bàn đều không có người ở
they sat crowded together at one corner of the table
Họ ngồi chen chúc với nhau ở một góc bàn
and yet they made excuses when they saw Alice
nhưng họ đã bào chữa khi nhìn thấy Alice
"No room! No room!" they cried out
"Không có phòng! Không có phòng!" họ kêu lên
"There's plenty of room!" said Alice indignantly
"Có rất nhiều chỗ!" Alice phẫn nộ nói
at one end of the table there was a large arm-chair
Ở một đầu bàn có một chiếc ghế bành lớn
and Alice sat herself in the armchair
và Alice ngồi trên ghế bành
the hat maker opened his eyes very wide
người thợ làm mũ mở mắt rất to
he couldn't believe what he was seeing
anh không thể tin được những gì mình đang nhìn thấy
but his mind was curious about other things

nhưng tâm trí anh tò mò về những thứ khác
"Why is a raven like a writing-desk?"
"Tại sao một con quạ lại giống như một chiếc bàn viết?"
Alice was open to the challenge
Alice cởi mở với thử thách
"I'm glad they've begun asking riddles"
"Tôi rất vui vì họ đã bắt đầu hỏi những câu đố"
"I believe I can guess that," she added aloud
"Tôi tin rằng tôi có thể đoán được điều đó," cô nói thêm
The march hare grew curious about Alice
Thỏ hành bắt đầu tò mò về Alice
"Do you really think you can find the answer?"
"Bạn có thực sự nghĩ rằng bạn có thể tìm ra câu trả lời không?"
"I think I can find the answer indeed," said Alice
"Tôi nghĩ tôi thực sự có thể tìm thấy câu trả lời," Alice nói
**"Then you should say what you mean," the march hare went
on**
"Vậy thì anh nên nói những gì anh muốn nói," con thỏ hành
quân tiếp tục
"I do say what I mean," Alice hastily replied
"Tôi nói những gì tôi muốn nói," Alice vội vàng trả lời
"at the very least I mean what I say"
"ít nhất tôi muốn nói những gì tôi nói"
"that's the same thing, you know"
"Đó là điều tương tự, bạn biết đấy"
the dormouse also contributed to the conversation
Chuột ngủ cũng đóng góp vào cuộc trò chuyện
but the dormouse seemed to be talking in its sleep
nhưng con chuột ngủ dường như đang nói chuyện trong giấc
ngủ của nó
"I breathe when I sleep"
"Tôi thở khi ngủ"
"I sleep when I breathe!"
"Tôi ngủ khi tôi thở!"
"you might as well say they are the same too"
"Bạn cũng có thể nói rằng họ cũng giống nhau"
"It is the same thing with you," said the hat maker

"Nó cũng giống như vậy với anh," người thợ mũ nói
and he poured a little tea on the dormouse's nose
và anh ta rót một ít trà lên mũi của con chuột ngủ
The Dormouse shook its head impatiently
Con chuột ngủ lắc đầu sốt ruột
and again the dormouse spoke, without opening its eyes
và một lần nữa con chuột ngủ nói, không mở mắt
"Of course, of course it is the same"
"Tất nhiên, tất nhiên là như vậy"
"that's just what I was going to say myself"
"Đó chỉ là những gì tôi sẽ tự nói"

The hat maker turned to Alice and asked another question
Người thợ làm mũ quay sang Alice và hỏi một câu khác
"Have you guessed the riddle yet?"
"Cô đã đoán được câu đố chưa?"
"No, I give up," Alice conceded
"Không, tôi bỏ cuộc," Alice thừa nhận
"What's the answer?" she wanted to know
"Câu trả lời là gì?" cô muốn biết

"I haven't the slightest idea," said the hat maker
"Tôi không có chút ý tưởng nào," người thợ mũ nói
"Nor do I know," said the march hare
"Tôi cũng không biết," con thỏ hành quân nói
Alice gave a weary sigh
Alice thở dài mệt mỏi
"there are better uses of time than riddles without answers"
"Có cách sử dụng thời gian tốt hơn là câu đố không có câu trả lời"
"have some more tea," the march hare said to Alice, very earnestly
"Uống thêm một ít trà," con thỏ hành quân nói với Alice, rất nghiêm túc
Alice was quite offended by the offer
Alice khá khó chịu trước lời đề nghị
"I've had not had tea yet," Alice replied
"Tôi chưa uống trà," Alice trả lời
"therefore I can't have any more tea"
"vì vậy tôi không thể uống trà nữa"
"You mean you can't have less tea," said the hat maker
"Ý anh là anh không thể uống ít trà," người thợ mũ nói
"it's very easy to take more than nothing"
"Rất dễ dàng để lấy nhiều hơn là không có gì"
At this, Alice got up and walked off
Nghe vậy, Alice đứng dậy và bỏ đi
The dormouse fell asleep instantly
Con chuột ngủ ngay lập tức
and neither of the others took the least notice of her going
và không ai trong số những người khác để ý đến việc cô ấy đi
though she looked back once or twice
mặc dù cô ấy nhìn lại một hoặc hai lần
they were trying to put the dormouse into the tea-pot
Họ đang cố gắng đưa con chuột vào ấm trà
"At any rate, I'll never go there again!" said Alice
"Dù sao đi nữa, tôi sẽ không bao giờ đến đó nữa!" Alice nói
and she walked her way through the woods
và cô ấy đi qua khu rừng

"that was the stupidest tea-party I've ever been to"
"Đó là bữa tiệc trà ngu ngốc nhất mà tôi từng đến"
Just as she said this, she noticed something
Ngay khi cô ấy nói điều này, cô ấy nhận thấy một điều gì đó
one of the trees had a door leading right into it
Một trong những cái cây có một cánh cửa dẫn thẳng vào đó
"That's very interesting!" she thought
"Điều đó rất thú vị!" cô nghĩ
"I think I may as well go through the door"
"Tôi nghĩ tôi cũng có thể đi qua cửa"
And through the door she went
Và qua cánh cửa, cô ấy đi
Once more she found herself in the long hall
Một lần nữa cô thấy mình ở trong hành lang dài
again she was close to the little glass table
Một lần nữa cô lại gần chiếc bàn kính nhỏ
she took the little golden key
Cô ấy lấy chiếc chìa khóa vàng nhỏ
and she unlocked the door that led into the garden
và cô mở khóa cánh cửa dẫn vào khu vườn
Then she set to work nibbling at the mushroom
Sau đó, cô bắt đầu làm việc gặm nấm
she had kept a piece of the mushroom in her pocket
cô đã giữ một miếng nấm trong túi
and finally she was about a metre tall
và cuối cùng cô ấy cao khoảng một mét
then she walked down the little corridor
Rồi cô đi xuống hành lang nhỏ
and then she finally found herself in the beautiful garden
và cuối cùng cô cũng thấy mình ở trong khu vườn xinh đẹp
and she was among the bright flower and the cool fountains
và cô ấy ở giữa những bông hoa rực rỡ và những suối nước
mát mẻ

The queen's croquet ground
Bãi croquet của nữ hoàng

A large rose-tree stood near the entrance of the garden
Một cây hồng lớn đứng gần lối vào khu vườn
the roses growing on the tree were white
những bông hồng mọc trên cây có màu trắng
but there were three gardeners painting the rose
Nhưng có ba người làm vườn vẽ hoa hồng
they were busily painting the roses red
Họ đang bận rộn sơn những bông hồng màu đỏ
and Alice was watching them paint the roses red
và Alice đang nhìn họ sơn hoa hồng màu đỏ
and suddenly their eyes chanced to fall upon Alice
và đột nhiên ánh mắt của họ tình cờ rơi vào Alice
Alice spoke a little timidly
Alice nói một chút rụt rè
"Would you tell me, please;"
"Anh có thể nói cho tôi biết, làm ơn;"
"why are you all painting those roses?"
"Tại sao tất cả các bạn lại vẽ những bông hồng đó?"
five and seven said nothing, but looked at two
Năm và bảy không nói gì, nhưng nhìn hai
two spoke, in a low voice
Hai người nói, bằng một giọng trầm thấp
"Why, the fact is, you see, madam"
"Tại sao, sự thật là, bà thấy đấy, thưa bà"
"this here ought to have been a red rose-tree"
"Đây đáng lẽ phải là một cây hồng đỏ"
"and we put a white rose-tree in by mistake"
"Và chúng tôi đã đặt nhầm một cây hồng trắng vào"
"as you would agree, the queen must not find out"
"Như bạn sẽ đồng ý, Nữ hoàng không được phát hiện"
"else we would all have our heads cut off"
"Nếu không tất cả chúng ta sẽ bị chặt đầu"
"So you see, madam, we're doing our best"
"Vậy cô thấy đấy, thưa bà, chúng tôi đang cố gắng hết sức"
card five had been anxiously looking across the garden

Lá bài năm đã lo lắng nhìn qua khu vườn
At this moment card five called out, "The queen! The queen!"
Ngay lúc này, lá bài năm gọi, "Nữ hoàng! Nữ hoàng!"
and the three gardeners instantly scurried away
và ba người làm vườn ngay lập tức chạy đi
and they threw themselves flat upon their faces
và họ quỳ xuống mặt mình
There was a sound of many footsteps
Có nhiều tiếng bước chân
Alice looked around, eager to see the queen
Alice nhìn xung quanh, háo hức muốn gặp nữ hoàng
At the start of the procession were ten soldiers
Khi bắt đầu đám rước là mười người lính
their hands and feet were in the corners
tay và chân của họ ở các góc
and in their hands and feet were clubs
và trong tay và chân họ là gậy
next came the ten courtiers
Tiếp theo là mười cận thần
the courtiers were ornamented all over with diamonds
các triều thần được trang trí khắp người bằng kim cương
After the courtiers came the royal children
Sau khi các triều thần đến, những đứa trẻ hoàng gia
there were ten of the royal children
có mười người con hoàng gia
and all the royal children were ornamented with hearts
và tất cả các con cái hoàng gia đều được trang trí bằng trái tim
Next came the guests; mostly kings and queens
Tiếp theo là những vị khách; chủ yếu là vua và hoàng hậu
and among the kings and queen Alice saw someone
và giữa các vị vua và hoàng hậu, Alice nhìn thấy một người nào đó
she saw again the white rabbit she had chased
Cô lại nhìn thấy con thỏ trắng mà cô đã đuổi theo
The procession was followed the knave of hearts
Đám rước được theo sau bằng dao của trái tim

he was carrying the king's crown
anh ta mang vương miện của nhà vua
and the king's crown was on a crimson velvet cushion
và vương miện của nhà vua nằm trên một chiếc đệm nhung đỏ thẫm
and then came the end of this grand procession
và sau đó là kết thúc của đám rước hoành tráng này
and there at the end were the king and queen of hearts
Và ở đó ở cuối cùng là vua và hoàng hậu của trái tim
the procession came opposite to Alice
đám rước đi đối diện với Alice
and they all stopped and looked at her
và tất cả họ dừng lại và nhìn cô ấy
and the queen said severely, "Who is this?"
và hoàng hậu nghiêm khắc nói: "Đây là ai?"
She said it to the Knave of Hearts
Cô ấy nói điều đó với Knave of Hearts
but he just bowed and smiled in reply
nhưng anh ta chỉ cúi đầu và mỉm cười đáp lại
Alice spoke very politely
Alice nói rất lịch sự
"My name is Alice, so please your majesty"
"Tên tôi là Alice, vì vậy làm ơn bệ hạ"
but she had other thoughts to herself
nhưng cô ấy có những suy nghĩ khác cho chính mình
"they're only a pack of cards, after all!"
"Dù sao thì chúng cũng chỉ là một gói thẻ!"
"Can you play croquet?" shouted the queen
"Anh có thể chơi croquet không?" nữ hoàng hét lên
The question was evidently meant for Alice
Câu hỏi rõ ràng là dành cho Alice
"Yes!" said Alice loudly
"Vâng!" Alice nói lớn
"Come play then!" roared the queen
"Vậy thì hãy chơi đi!" nữ hoàng gầm lên
a timid voice spoke to Alice
một giọng nói rụt rè nói với Alice

"it's a very fine day!"

"Đó là một ngày rất đẹp!"

She was walking by the white rabbit

Cô ấy đang đi ngang qua con thỏ trắng

and the White Rabbit was peeping anxiously into her face

và Thỏ Trắng đang lo lắng nhìn trộm vào mặt cô

"a very fine day indeed," confirmed Alice

"Quả thực là một ngày rất đẹp," Alice xác nhận

"Where's the duchess?"

"Nữ công tước đâu?"

"Hush! Hush!" said the Rabbit

"Im lặng! Im lặng!" Thỏ nói

"She's under sentence of execution"

"Cô ấy đang bị kết án hành quyết"

"What is she being executed for?" asked Alice

"Cô ấy bị hành quyết để làm gì?" Alice hỏi

"She scuffed the queen's ears," the rabbit began

"Cô ấy đã làm trầy xước tai của nữ hoàng," con thỏ bắt đầu

the queen shouted in a voice of thunder

Nữ hoàng hét lên bằng giọng sấm sét

"Get to your places!"

"Đến chỗ của bạn!"

and people began running about in all directions

và mọi người bắt đầu chạy xung quanh mọi hướng

and they all tumbled up against each other

và tất cả chúng đều ngã nhào vào nhau

However, they got settled down in a minute or two

Tuy nhiên, họ đã ổn định trong một hoặc hai phút

and then the game began

và sau đó trò chơi bắt đầu

Alice had never seen such a curious croquet ground

Alice chưa bao giờ thấy một sân croquet kỳ lạ như vậy

the grass was all ridges and furrows

cỏ là tất cả các rãnh và rãnh

The croquet balls were real hedgehogs

Những quả bóng croquet là những con nhím thực sự

and the mallets were real flamingos

và những cái vồ là những con hồng hạc thật
and the soldiers stood on their hands and feet
và những người lính đứng trên tay và chân của họ
because the arches was made from their bodies
bởi vì các vòm được làm từ cơ thể của họ
The players all played at once
Tất cả các cầu thủ đều chơi cùng một lúc
nobody waited for their turns
không ai chờ đến lượt họ
and everyone quarrelled with everyone
và mọi người cãi nhau với mọi người
and all were fighting for the hedgehogs
và tất cả đều chiến đấu vì nhím
soon the queen was in a furious passion
Chẳng mấy chốc, nữ hoàng đã ở trong một cơn đam mê dữ
dội
and she started stamping about and shouting
và cô ấy bắt đầu dậm chân và hét lên
"Chop off his head!"
"Chặt đầu anh ta!"
"Chop off her head!"
"Chặt đầu cô ấy!"
"Chop all their heads off!"
"Chặt hết đầu họ!"
Again Alice thought to herself
Một lần nữa Alice nghĩ trong lòng
"They're dreadfully fond of beheading people here"
"Họ rất thích chặt đầu mọi người ở đây"
"the great wonder is that there's anyone left alive!"
"Điều kỳ diệu lớn nhất là có ai còn sống!"
She was looking about for some way of escape
Cô ấy đang tìm cách trốn thoát
she noticed a curious appearance in the air
Cô nhận thấy một vẻ tò mò trong không khí
"It's the Cheshire-cat," she said to herself
"Đó là con mèo Cheshire," cô tự nhủ
"now I shall have somebody to talk to"

"Bây giờ tôi sẽ có ai đó để nói chuyện"

"How are you getting on?" said the cat

"Bạn có khỏe không?" con mèo nói

"I don't think they play at all fairly," Alice said

"Tôi không nghĩ họ chơi công bằng chút nào," Alice nói

and she had a rather complaining tone

và cô ấy có một giọng khá phàn nàn

"they all quarrel so dreadfully"

"Tất cả họ đều cãi nhau khủng khiếp"

"one can't hear oneself speak"

"Người ta không thể nghe thấy chính mình nói"

"and they don't seem to play by any rules"

"Và họ dường như không chơi theo bất kỳ quy tắc nào"

the cat asked Alice a question in a low voice

con mèo hỏi Alice một câu bằng giọng trầm thấp

"How do you like the queen?"

"Cô thích nữ hoàng như thế nào?"

"I don't like her at all," said Alice

"Tôi không thích cô ấy chút nào," Alice nói

Alice thought she might as well go back
Alice nghĩ rằng cô ấy cũng có thể quay trở lại
she wanted to see how the game was going
Cô ấy muốn xem trò chơi diễn ra như thế nào
she went off in search of her hedgehog
Cô ấy đi tìm con nhím của mình
The hedgehog was busy fighting another hedgehog
Con nhím đang bận rộn chiến đấu với một con nhím khác
this was an excellent opportunity
Đây là một cơ hội tuyệt vời
she could croquet one hedgehog with the other
cô ấy có thể móc một con nhím với con kia
but her flamingo was on the other side of the garden
nhưng con hồng hạc của cô ấy ở phía bên kia của khu vườn
the flamingo was rather clumsy
Con hồng hạc khá vụng về
her flamingo was trying to fly up into a tree
con hồng hạc của cô ấy đang cố gắng bay lên một cái cây
She caught the flamingo by the leg
Cô bắt lấy chân con chim hồng hạc
and she tucked the flamingo away under her arm
và cô nhét con hồng hạc dưới cánh tay mình
that way the flamingo couldn't escape again
Bằng cách đó, con hồng hạc không thể trốn thoát một lần nữa
Just then Alice happened to meet the duchess
Ngay sau đó, Alice tình cờ gặp nữ công tước
The duchess was now out of prison
Nữ công tước bây giờ đã ra khỏi nhà tù
She tucked her arm affectionately under Alice's arm
Cô nhét cánh tay của mình một cách trìu mến dưới cánh tay
Alice
and then they walked off together
và sau đó họ cùng nhau bỏ đi
Alice was very glad to find her in such a pleasant temper
Alice rất vui khi thấy cô ấy có tính khí dễ chịu như vậy
She was a little startled, however
Tuy nhiên, cô hơi giật mình

she heard the voice of the duchess close to her ear
Cô nghe thấy giọng nói của nữ công tước gần tai mình
"You're thinking about something, my dear"
"Anh đang nghĩ về điều gì đó, em yêu"
"and that makes you forget to talk"
"Và điều đó khiến bạn quên nói chuyện"
"The game's going on rather better now," Alice said
"Trò chơi đang diễn ra khá tốt hơn," Alice nói
it was one way of keeping the conversation going
đó là một cách để giữ cho cuộc trò chuyện tiếp tục
"it is so indeed," said the duchess
"Quả thật là như vậy," nữ công tước nói
"and the moral of that is this:"
"Và đạo đức của điều đó là thế này:"
"It is love that does it all!"
"Chính tình yêu làm tất cả!"
"Love is what makes the world go around"
"Tình yêu là thứ làm cho thế giới quay quanh"
Alice had another explanation
Alice có một lời giải thích khác
"it's done by everybody minding his own business!"
"Nó được thực hiện bởi tất cả mọi người quan tâm đến công
việc của riêng mình!"
"Ah, well! You could be right"
"À, tốt! Bạn có thể đúng"
"It all means much the same thing," said the Duchess
"Tất cả đều có ý nghĩa giống nhau," Nữ công tước nói
and she dug her sharp little chin into Alice's shoulder
và cô ấy đào chiếc cằm nhỏ sắc nhọn của mình vào vai Alice
"and the moral of that is this"
"Và đạo đức của điều đó là điều này"
"Take care of the sense"
"Hãy chăm sóc giác quan"
"and then the sounds will take care of themselves"
"Và sau đó âm thanh sẽ tự chăm sóc"
but then the duchess's arm began to tremble
nhưng sau đó cánh tay của nữ công tước bắt đầu run rẩy

Alice looked up and there stood the queen

Alice ngước lên và nữ hoàng đứng đó

the queen had her arms folded

Nữ hoàng khoanh tay

and she was frowning like a thunderstorm!

và cô ấy cau mày như một cơn giông bão!

"I give you fair warning," shouted the queen

"Tôi cảnh báo anh một cách công bằng," nữ hoàng hét lên

and she stomped on the ground as she spoke

và cô ấy dẫm chân xuống đất khi cô ấy nói

"either your head or her head must be off"

"Hoặc là đầu của bạn hoặc đầu cô ấy phải bị lệch đi"

"Take your choice!"

"Hãy lựa chọn của bạn!"

"and be quick about it"

"Và hãy nhanh chóng về nó"

The duchess made her choice

Nữ công tước đã đưa ra lựa chọn của mình

and within a moment the duchess was gone

và trong một khoảnh khắc, nữ công tước đã biến mất

Then the queen spoke to Alice

Sau đó, nữ hoàng nói với Alice

"Let's go on with the game"

"Hãy tiếp tục trò chơi"

Alice was too frightened to say a word

Alice quá sợ hãi để nói một lời

and she slowly followed her back to the croquet-ground

và cô chậm rãi đi theo cô trở lại bãi croquet

the whole time the queen quarrelled with the other players

Suốt thời gian Nữ hoàng cãi nhau với những người chơi khác

"Chop off his head!"

"Chặt đầu anh ta!"

"Chop off her head!"

"Chặt đầu cô ấy!"

"Chop all their heads off!"

"Chặt hết đầu họ!"

soon all the players were in custody

Ngay sau đó, tất cả các cầu thủ đều bị giam giữ
only the king, the queen, and Alice remained
chỉ còn lại nhà vua, hoàng hậu và Alice
Then the queen left, quite out of breath
Sau đó, nữ hoàng rời đi, khá hụt hơi
and she walked away with Alice
và cô ấy bỏ đi với Alice
Alice heard the king quietly say something
Alice nghe nhà vua lặng lẽ nói điều gì đó
"You are all pardoned"
"Tất cả các bạn đều được tha thứ"
but suddenly there was another cry heard
nhưng đột nhiên có một tiếng kêu khác được nghe thấy
"The trial is beginning!"
"Phiên tòa đang bắt đầu!"
and Alice ran along with the others
và Alice chạy cùng với những người khác

who stole the tarts?

Ai đã đánh cắp bánh tart?

The king and queen of hearts were seated

Vua và hoàng hậu của trái tim đã ngồi

they were on their throne when Alice arrived

họ đang ở trên ngai vàng của họ khi Alice đến

there was a great crowd assembled around them

Có một đám đông lớn tụ tập xung quanh họ

there were all sorts of little birds and beasts

có đủ loại chim nhỏ và thú

and there was the whole pack of cards

và có cả gói thẻ

the knave was standing in front of them, in chains

Con dao đang đứng trước mặt họ, bị xiềng xích

and there was a soldier on each side to guard him

và có một người lính ở mỗi bên để bảo vệ anh ta

near the King was the white rabbit

gần nhà vua là con thỏ trắng

he had a trumpet in one hand

Ông có một chiếc kèn trong một tay

and he had a scroll of parchment in the other hand

và tay kia anh ta cầm một cuộn giấy da

In the very middle of the court was a table

Ở ngay giữa sân là một chiếc bàn

on the table was a large dish of tarts

Trên bàn là một đĩa bánh tart lớn

"I wish they'd get the trial done," Alice thought

"Tôi ước gì họ sẽ hoàn thành phiên tòa," Alice nghĩ

"then we could eat some of those refreshments!"

"Vậy thì chúng ta có thể ăn một ít đồ giải khát đó!"

The judge, by the way, was the king
Nhân tiện, thẩm phán là nhà vua
and he wore his crown over his great wig
và ông đội vương miện của mình trên bộ tóc giả lớn của mình
"That's the jury-box," thought Alice
"Đó là phòng bồi thẩm đoàn," Alice nghĩ
"and those twelve creatures, I suppose they are the jurors"
"Và mười hai sinh vật đó, tôi cho rằng họ là bồi thẩm đoàn"
some were animals, and some were birds
một số là động vật, và một số là chim
Just then the white rabbit cried out
Ngay sau đó con thỏ trắng kêu lên
"Silence in the court!"
"Im lặng trong tòa án!"
"Herald, read the accusation!" said the king
"Sứ giả, hãy đọc lời buộc tội!" nhà vua nói
the white rabbit blew three blasts on the trumpet
Thỏ trắng thổi ba tiếng kèn
then he unrolled the parchment-scroll
sau đó ông mở cuộn cuộn giấy da

and he read as follows:
và ông đọc như sau:
"The queen of hearts, she made some tarts,"
"Nữ hoàng của trái tim, cô ấy đã làm một số bánh tart,"
"All this she did on a summer day"
"Tất cả những điều này cô ấy đã làm vào một ngày hè"
"The knave of hearts, he stole those tarts"
"Con dao của trái tim, anh ấy đã đánh cắp những chiếc bánh tart đó"
"And he took those tarts far away!"
"Và ông ấy đã mang những chiếc bánh tart đó đi xa!"
"Call the first witness," said the king
"Gọi nhân chứng đầu tiên," nhà vua nói
and the white rabbit blew three blasts on the trumpet
và thỏ trắng thổi ba tiếng kèn
"bring the first witness!" he called out
"Mang theo nhân chứng đầu tiên!" anh ta kêu lên
The first witness was the hat maker
Nhân chứng đầu tiên là thợ làm mũ
he came in with a teacup in one hand
Anh ấy bước vào với một tách trà trong một tay
and he had a piece of bread and butter in the other hand
và ông cầm một miếng bánh mì và bơ trong tay kia
"You ought to have finished," said the King
"Lẽ ra anh phải xong," nhà vua nói
"When did you begin?"
"Anh bắt đầu khi nào?"
The hat maker looked at the march hare
Người thợ làm mũ nhìn con thỏ hành quân
the march hare had followed him into the court
Thỏ March đã theo anh ta vào tòa án
he had walked arm in arm with the dormouse
anh ta đã tay trong tay đi với con chuột ngủ
"Fourteenth of March, I think it was," he said
"Mười bốn tháng Ba, tôi nghĩ là như vậy," ông nói
"Give your evidence," said the king
"Hãy đưa ra bằng chứng của bạn," nhà vua nói

"and don't be nervous, or I'll have you executed on the spot"
"Và đừng lo lắng, nếu không tôi sẽ xử tử anh ngay tại chỗ"
This did not seem to encourage the witness at all
Điều này dường như không khuyến khích nhân chứng chút nào
he kept shifting from one foot to the other
anh ta liên tục chuyển từ chân này sang chân kia
and he looked uneasily at the queen
và anh ta không thoải mái nhìn nữ hoàng
and, in his confusion, he bit a large piece out of his teacup
và, trong bối rối, anh cắn một miếng lớn ra khỏi tách trà của mình
really he meant to bite from his bread and butter
thực sự anh ấy định cắn bánh mì và bơ của mình
Just at this moment Alice felt a very curious sensation
Ngay lúc này, Alice cảm thấy một cảm giác rất tò mò
she was beginning to grow larger again
cô ấy bắt đầu lớn hơn trở lại
The miserable hat maker dropped his teacup
Người thợ làm mũ khốn khổ làm rơi tách trà của mình
and the bread and butter fell to the ground
bánh và bơ rơi xuống đất
and he went down on one knee
và ông quỳ xuống một bên
"I'm a poor man, your majesty," he began
"Tôi là một người nghèo, bệ hạ," anh bắt đầu
"You're a very poor speaker," said the king
"Ông là một người nói rất kém," nhà vua nói
"You may go," said the king
"Ngươi có thể đi," nhà vua nói
and the hat maker hurriedly left the court
và người thợ mũ vội vã rời khỏi tòa án
"Call the next witness!" said the king
"Gọi nhân chứng tiếp theo!" nhà vua nói
The next witness was the duchess's cook
Nhân chứng tiếp theo là đầu bếp của nữ công tước
She carried the pepper-box in her hand

Cô ấy cầm hộp tiêu trên tay
and the people near the door began sneezing all at once
và những người gần cửa bắt đầu hắt hơi ngay lập tức
"Give your evidence," said the king
"Hãy đưa ra bằng chứng của bạn," nhà vua nói
"I shall give no evidence," said the cook
"Tôi sẽ không đưa ra bằng chứng," người đầu bếp nói
The king looked anxiously at the white rabbit
Nhà vua lo lắng nhìn con thỏ trắng
and the white rabbit spoke in a quiet voice
và con thỏ trắng nói bằng một giọng trầm lặng
"your majesty must cross-examine this witness"
"Bệ hạ phải thẩm vấn chéo nhân chứng này"
"Well, if I must, I must," the king said
"Ồ, nếu tôi phải, tôi phải," nhà vua nói
"What are tarts made of?"
"Bánh tart được làm bằng gì?"
"tarts are made of pepper, mostly," said the cook
"Bánh tart được làm từ hạt tiêu, chủ yếu," đầu bếp nói
For some minutes the whole court was in confusion
Trong vài phút, cả tòa án bối rối
eventually they all settled down again
Cuối cùng tất cả họ đã ổn định trở lại
but by then the cook had disappeared
nhưng lúc đó đầu bếp đã biến mất
"Never mind!" said the king
"Đừng bận tâm!" nhà vua nói
"call to the stand the next witness"
"Kêu gọi nhân chứng tiếp theo"
Alice watched the white rabbit as he fumbled over the list
Alice quan sát con thỏ trắng khi anh mò mẫm trong danh sách
you can imagine her surprise at what she heard next
Bạn có thể tưởng tượng sự ngạc nhiên của cô ấy về những gì
cô ấy nghe tiếp theo
at the top of his shrill little voice, he called the name "Alice!"
ở đỉnh cao của giọng nói nhỏ chói tai của mình, anh gọi cái tên
là "Alice!"

Alice's evidence
Bằng chứng của Alice

"Here!" cried Alice
"Đây!" Alice kêu lên
She jumped up in a great hurry
Cô ấy nhảy lên rất vội vàng
and she tipped over the jury-box
và cô lật qua phòng bồi thẩm đoàn
and she knocked over all the jurymen
và cô ấy đã đánh gục tất cả các bồi thẩm đoàn
and they fell on to the heads of the crowd below
và họ ngã xuống đầu đám đông bên dưới
Alice was in great dismay
Alice vô cùng thất vọng
"Oh, I beg your pardon!" she exclaimed
"Ồ, tôi xin lỗi anh!" cô thốt lên
"The trial cannot proceed," said the king
"Phiên tòa không thể tiếp tục," nhà vua nói
"the jurymen must get back in their proper places"
"Các bồi thẩm đoàn phải trở lại vị trí thích hợp của họ"
he repeated the order with great emphasis
Ông lặp lại mệnh lệnh với sự nhấn mạnh
and he looked at Alice sternly
và anh ta nhìn Alice nghiêm khắc
"What do you know about these events?" the king asked Alice
"Ngươi biết gì về những sự kiện này?" nhà vua hỏi Alice
"I know nothing on the subject," said Alice
"Tôi không biết gì về vấn đề này," Alice nói
The king then read from his book
Nhà vua sau đó đọc từ cuốn sách của mình
"Rule forty two"
"Quy tắc bốn mươi hai"
"All persons more than a mile high are to leave the court"
"Tất cả những người cao hơn một dặm phải rời khỏi tòa án"
"I'm not a mile high," said Alice
"Tôi không cao một dặm," Alice nói

"Nearly two miles high," said the Queen
"Cao gần hai dặm," Nữ hoàng nói

"Well, I refuse to go," said Alice
"Ừm, tôi từ chối đi," Alice nói
The king turned pale
Nhà vua trở nên tái nhợt
and he shut his note-book hastily
và anh ta vội vã đóng cuốn sổ ghi chép của mình lại
"Consider your verdict," he said to the jury
"Hãy xem xét phán quyết của bạn," ông nói với bồi thẩm đoàn
he spoke in a low, trembling voice
anh ta nói bằng một giọng trầm, run rẩy
then the white rabbit spoke
Sau đó, thỏ trắng nói
"There's more evidence to come yet"
"Vẫn còn nhiều bằng chứng nữa"
and he jumped up in a great hurry
và anh ta nhảy lên rất vội vã
"This paper has just been picked up"

"Bài báo này vừa được nhặt"
"It seems to be a letter written by the prisoner"
"Có vẻ như là một bức thư do tù nhân viết"
He unfolded the paper as he spoke
Anh mở tờ giấy ra khi nói
"It isn't a letter, after all"
"Dù sao thì đó cũng không phải là một bức thư"
"what it was was a set of verses"
"Đó là một tập hợp các câu thơ"
"Please, your majesty," said the knave
"Làm ơn, bệ hạ," con dao nói
"I didn't write those verses"
"Tôi không viết những câu đó"
"and they can't prove that I wrote anything"
"và họ không thể chứng minh rằng tôi đã viết bất cứ điều gì"
"there's no name signed at the end"
"Không có tên nào được ký ở cuối"
the king spoke to the knave
Nhà vua nói với con dao
"You must have meant to cause some mischief"
"Chắc anh đã cố ý gây ra một số trò nghịch ngợm"
"else you'd have signed your name like an honest man"
"Nếu không bạn sẽ ký tên mình như một người đàn ông trung
thực"
There was a general clapping of hands
Có một tiếng vỗ tay chung
and the king turned to the white rabbit
Vua quay sang con thỏ trắng
"Read the verses," he ordered
"Đọc các câu thơ," anh ra lệnh
There was dead silence in the court
Có sự im lặng chết chóc trong tòa án
and the white rabbit read out the verses
Thỏ trắng đọc các câu
They told me you had been to her
Họ nói với tôi rằng bạn đã đến gặp cô ấy
And they mentioned me to him

Và họ đề cập đến tôi với anh ấy
She gave me a good character
Cô ấy đã cho tôi một tính cách tốt
But she said I could not swim
Nhưng cô ấy nói tôi không biết bơi
He sent them word I had not gone
Anh ấy gửi cho họ thông báo rằng tôi đã không đi
We know it to be true
Chúng tôi biết điều đó là sự thật
If she should push the matter on, what would become of you?
Nếu cô ấy tiếp tục vấn đề, bạn sẽ ra sao?
I gave her one, they gave him two
Tôi cho cô ấy một, họ cho anh ấy hai
You gave us three or more
Bạn đã cho chúng tôi ba hoặc nhiều hơn
They all returned from him to you
Tất cả họ đều trở về từ Ngài cho bạn
although they were mine before
mặc dù chúng là của tôi trước đây
If I or she should chance to be
Nếu tôi hoặc cô ấy có cơ hội
If I or she were involved in this affair
Nếu tôi hoặc cô ấy có liên quan đến vụ việc này
He trusts to you to set them free
Ngài tin tưởng vào bạn để giải thoát họ
Exactly as we were
Đúng như chúng tôi đã từng
My notion was that you had been
Quan niệm của tôi là bạn đã
Before she had this fit
Trước khi cô ấy có sự phù hợp này
An obstacle that came between
Một trở ngại xảy ra giữa
Him, and ourselves, and it
Ngài, và chính chúng ta, và nó
Don't let him know she liked them best

Đừng để anh ấy biết cô ấy thích chúng nhất
For this must for ever be a secret, kept from all the rest
Vì điều này phải mãi mãi là một bí mật, được giữ kín với tất cả
những người còn lại
This secret must remain a secret between yourself and me
Bí mật này phải là một bí mật giữa bạn và tôi
the king was very impressed
Nhà vua rất ấn tượng
**"That's the most important piece of evidence we've heard
yet"**
"Đó là bằng chứng quan trọng nhất mà chúng tôi đã nghe"
**"I don't believe those verses carry an atom of meaning,"
objected Alice**
"Tôi không tin những câu thơ đó mang một nguyên tử ý
nghĩa," Alice phản đối
the King had his own opinion on the matter
Nhà vua có ý kiến riêng về vấn đề này
**"If there's no meaning in those words, that saves a world of
trouble"**
"Nếu không có ý nghĩa trong những lời đó, điều đó sẽ cứu
một thế giới rắc rối"
"then we needn't try to find the meaning"
"Vậy thì chúng ta không cần phải cố gắng tìm ra ý nghĩa"
"Let the jury consider their verdict"
"Hãy để bồi thẩm đoàn xem xét phán quyết của họ"
"No, no!" said the queen
"Không, không!" nữ hoàng nói
"Sentencing first—verdict afterwards"
"Tuyên án trước - phán quyết sau"
"Stuff and nonsense!" said Alice loudly
"Đồ vớ vẩn!" Alice nói lớn
"how silly it is to sentence the defendant first!"
"Thật ngớ ngẩn khi kết án bị cáo trước!"

"Hold your tongue!" said the queen, turning purple
"Giữ lưỡi!" nữ hoàng nói, chuyển sang màu tím
"I will not hold my tongue!" said Alice
"Tôi sẽ không giữ lưỡi!" Alice nói
the queen shouted at the top of her voice
Nữ hoàng hét lên cao giọng
"chop off her head!"
"Chặt đầu cô ấy!"
Nobody made a movement
Không ai thực hiện một phong trào
"Who cares what you say?" said Alice
"Ai quan tâm những gì anh nói?" Alice nói
she had grown to her full size by this time
Cô ấy đã lớn lên đến kích thước đầy đủ của mình vào thời điểm này
"You're nothing but a pack of cards!"
"Anh không là gì ngoài một gói thẻ!"
At this, all the cards rose up in the air
Lúc này, tất cả các lá bài bay lên không trung

and all the cards came flying down upon her
và tất cả các lá bài bay xuống cô ấy
she gave a little scream
Cô ấy hét lên một chút
she was half afraid, but also angry
cô ấy nửa sợ hãi, nhưng cũng tức giận
and she tried to fight the cards off of herself
và cô ấy đã cố gắng chống lại những lá bài của chính mình
and then she found herself lying on the grass bank
và sau đó cô thấy mình nằm trên bãi cỏ
her head was in the lap of her sister
đầu cô ấy nằm trong lòng em gái cô ấy
some dead leaves had landed on her face
một số lá chết đã rơi xuống mặt cô
and her sister was gently brushing the leaves away
và em gái cô đang nhẹ nhàng phủi lá đi
"Wake up, Alice dear!" said her sister
"Thức dậy, Alice thân yêu!" em gái cô nói
"what a long sleep you've had!"
"Cô đã ngủ lâu làm sao!"
"Oh, I've had such a curious dream!" said Alice
"Ồ, tôi đã có một giấc mơ kỳ lạ như vậy!" Alice nói
And she told her sister all she could remember
Và cô ấy nói với em gái mình tất cả những gì cô ấy có thể nhớ
all the strange adventures that you have just been reading about
Tất cả những cuộc phiêu lưu kỳ lạ mà bạn vừa đọc
Alice got up and ran off
Alice đứng dậy và bỏ chạy
and she thought, while she ran, about her dream
và cô nghĩ, trong khi chạy, về giấc mơ của mình
"what a wonderful dream it had been!"
"Thật là một giấc mơ tuyệt vời!"

www.ingramcontent.com/pod-product-compliance
Lightning Source LLC
Chambersburg PA
CBHW011048190726
48290CB00011B/3059